# PHÁT BỒ-ĐỀ TÂM KINH LUẬN

**Bodhicittotpāda-sūtra-śāstra**

發菩提心經論; T 1659

*của* **Bồ-tát Thế Thân (Vasubandhu; 世親)**

*Hán dịch:*

**Cưu-ma-la-thập (Kumārajīva; 鳩摩羅什)**

*Việt dịch và chú thích:*

**Thích Nhuận Châu**

PHẬT VIỆT TÙNG THƯ
PHẬT LỊCH 2569

**PHÁT BỒ-ĐỀ TÂM KINH LUẬN**

-TÀI LIỆU TU HỌC CHO HUYNH TRƯỞNG GĐPT VIỆT NAM-

---

*Việt dịch và chú thích:* **Thích Nhuận Châu**

Phật Việt Tùng Thư *xuất bản*

Phật lịch 2569 | Dương lịch 2025

*Trình bày:* Nhuận Pháp

*Thiết kế bìa:* Quảng Pháp

ISBN: 979-8-2954-3489-1

# PHÁT BỒ-ĐỀ TÂM KINH LUẬN

# MỤC LỤC

# PHÁT BỒ-ĐỀ TÂM KINH LUẬN

## A. TỔNG QUAN BỒ-ĐỀ TÂM (BODHICITTA)

### I. ĐỊNH NGHĨA

Bồ-đề tâm (bodhicitta) là tâm nguyện cầu thành Vô thượng Bồ-đề (Anuttarā-samyak-saṃbodhi) vì lợi ích của hết thảy chúng sinh. Khái niệm này xuất hiện xuyên suốt trong kinh luận Đại thừa, và được xem là tiêu chuẩn căn bản phân biệt Bồ-tát thừa với Thanh văn và Duyên giác thừa.

Trong *Du-già sư địa luận*[1], Bồ-đề tâm được mô tả như "căn bản của Bồ-tát đạo, không phát tâm này thì không thể bước vào hạnh Bồ-tát".

---

[1] *Du-già sư địa luận* (*Yogācārabhūmi-śāstra*; 瑜伽師地論) là bộ luận nền tảng của Du-già hành tông (Yogācāra), truyền thống quy thuộc về Vô Trước (Asaṅga; 無著), nhưng giới nghiên cứu hiện đại nhìn nhận đây là tập đại thành nhiều lớp văn bản khác thời, được biên tập và hiệu định qua một tiến trình lâu dài; bản Hán dịch do Huyền Trang (玄奘) thực hiện, 100 quyển, *Đại Chính tân tu* T30, 1579 (SAT/CBETA. Cấu trúc tổng thể gồm "Bản địa phần" (本地分, *Yogācārabhūmi* theo nghĩa hẹp) với các "địa" dành cho Thanh văn (*Śrāvakabhūmi*), Duyên giác (*Pratyekabuddhabhūmi*), Bồ-tát (*Bodhisattvabhūmi*), v.v., tiếp đến là các phần phụ/đối chiếu như Nhiếp quyết trạch phần (*Viniścayasaṃgrahaṇī*; 攝決擇分) và các luận mục chuyên đề (như về định học, nhận thức học,

*Nhập Bồ-đề hành luận*[2] (*Bodhicaryāvatāra*) của Tịch Thiên

---

đạo lộ). Trong đó, *Bodhisattvabhūmi* là nền tảng hệ thống cho học thuyết Bồ-tát đạo: định nghĩa và phân loại Bồ-đề tâm; pháp tu sáu Ba-la-mật, mười địa, các chuẩn tắc giới-định-tuệ của Bồ-tát, ảnh hưởng sâu xa đến các tác phẩm như *Nhiếp đại thừa luận* (*Mahāyānasaṃgraha*) và *A-tì-đạt-ma tập luận* (*Abhidharmasamuccaya*). Về văn bản học, nhiều học giả như Frauwallner, Schmithausen, v.v. chỉ ra các tầng ngữ liệu cổ trong Thanh văn địa (*Śrāvakabhūmi*) (mang sắc thái A-tì-đạt-ma) và các lớp Đại thừa hậu kỳ trong Bồ-tát địa (*Bodhisattvabhūmi* ) cùng Nhiếp quyết trạch phần (*Viniścayasaṃgrahaṇī*), cho thấy tiến trình dung thông giữa truyền thống A-tì-đạt-ma và Du-già. Ngoài Hán dịch T30n1579 (SAT/CBETA), còn có các bản Tạng dịch và các trích lục Phạn rời rạc; việc tham cứu đối chiếu Hán–Tạng–Phạn là thiết yếu để xác định thuật ngữ học và lịch sử hình thành giáo nghĩa. Về mặt ảnh hưởng, *Du-già sư địa luận* (*Yogācārabhūmi* cung cấp khung đạo lộ thực hành có tính "sư địa" (địa học của hành giả), nối kết thiền học (dhyāna), tâm học Phật giáo (citta-caitta), và đạo đức học Bồ-tát, trở thành khóa bản cho cả hệ thống Du-già và nhiều truyền thống Đại thừa Đông Á.

2 *Nhập Bồ-đề hành luận* (*Bodhicaryāvatāra*; 入菩提行論) là một kiệt tác thi ca triết học Đại thừa, do Bồ-tát Tịch Thiên (Śāntideva; 寂天, thế kỷ VII–VIII) trước tác. Tác phẩm gồm mười chương, viết theo thể kệ (*śloka*), vừa mang tính thi ca sùng kính, vừa có hệ thống triết học sâu sắc. Nội dung cốt yếu trình bày quá trình phát khởi và tu tập Bồ-đề tâm (*bodhicitta*), xem đây là nền tảng của toàn bộ Bồ-tát đạo. Các chương lần lượt triển khai: ca ngợi công đức Bồ-đề tâm, phát tâm, giữ giới, nhẫn nhục, tinh tấn, thiền định, trí tuệ, và hồi hướng. Trong đó, chương thứ chín (Prajñāpāramitā) là một trong những khảo cứu triết học về tính Không (*śūnyatā*) đặc sắc nhất, được xem như sự trình bày hệ thống Madhyamaka theo ngôn ngữ thơ ca.

Về truyền bản, *Bodhicaryāvatāra* còn được bảo tồn trong Phạn ngữ (các bản in của Vaidya, Minayeff), dịch Tạng (nhiều lần chú giải trong truyền thống Tây Tạng), và bản Hán (*Pu-ti-hsing ching lun*, 菩提行經論, T1662, dịch giả: Śikṣānanda, 725). Văn bản này có ảnh hưởng rộng khắp,

(Śāntideva)[3] ví Bồ-đề tâm như "đại dược" chữa trị mọi khổ đau

---

đặc biệt trong Phật giáo Tây Tạng, nơi các luận sư như Tông-khách-ba (Tsongkhapa) đã xem nó là văn bản khóa bản để giảng dạy Bồ-tát hạnh.

Về giá trị, tác phẩm có hai phương diện: (1) **Đạo đức học thực hành:** khích lệ phát tâm Bồ-đề, nuôi dưỡng từ bi, tu tập sáu Ba-la-mật, lấy hồi hướng làm đích. (2) **Triết học Không tánh:** chương 9 triển khai phép biện chứng Madhyamaka, khẳng định rằng mọi hiện tượng đều vô tự tánh, từ đó Bồ-đề tâm được an lập trong vô trụ (*apratiṣṭhita-bodhicitta*).

Trong truyền thống nghiên cứu hiện đại, *Bodhicaryāvatāra* thường được xem là sự kết hợp đặc sắc giữa thi ca, tâm linh và triết học, vừa có giá trị văn học, vừa là giáo khoa bản cho Bồ-tát đạo. Các học giả như Paul Williams, Crosby & Skilton đã có những bản dịch Anh ngữ đáng chú ý, nhấn mạnh sự phổ biến và chiều sâu triết học của văn bản này.

3 *Tịch Thiên* (Śāntideva; 寂天, thế kỷ VII–VIII) là một luận sư và thi sĩ Đại thừa nổi tiếng, gắn liền với truyền thống Ấn Độ trung kỳ và đặc biệt có ảnh hưởng trong Phật giáo Tây Tạng. Tiểu sử của ngài được ghi nhận trong các nguồn Tây Tạng (như *Blue Annals*) và trong truyền thuyết học viện Nālandā. Theo đó, Tịch Thiên từng là một tu sĩ ẩn dật, bị đồng học xem thường, nhưng khi được mời thuyết pháp tại Nālandā, ngài đã ngẫu hứng tụng đọc *Nhập Bồ-đề hành luận* (*Bodhicaryāvatāra*), khiến đại chúng kinh ngạc và thừa nhận trí tuệ phi thường của ngài. Tác phẩm tiêu biểu nhất của Tịch Thiên là *Nhập Bồ-đề hành luận* (*Bodhicaryāvatāra*), gồm 10 chương, trình bày con đường tu tập Bồ-tát đạo với trung tâm là Bồ-đề tâm (bodhicitta). Bản văn được viết theo thể kệ, vừa súc tích vừa giàu thi vị, kết hợp đạo đức học (ca ngợi công đức Bồ-đề tâm, sáu Ba-la-mật) và triết học Không tánh (chương IX). Ngoài ra, một tác phẩm khác gắn với tên tuổi ngài là *Śikṣāsamuccaya* (Tập học luận), tập hợp trích dẫn từ nhiều kinh Đại thừa, đóng vai trò như một "giáo khoa tập thành" cho người tu Bồ-tát giới. Một số truyền thống còn quy cho ngài trước tác *Tập kinh luận* (*Sūtrasamuccaya*). Trong truyền thống Tây Tạng, Tịch Thiên được tôn kính như một trong "ba trụ cột" của đạo Bồ-tát, bên cạnh Long Thọ (Nāgārjuna) và Vô Trước (Asaṅga). Tác phẩm *Nhập Bồ-đề hành luận*

của chúng sinh[4], và như "kim cang" có thể phá tan nghiệp ác[5].

Như vậy, Bồ-đề tâm vừa là lý tưởng, vừa là động lực, vừa là con đường thực hành.

## II. PHÂN LOẠI

Các truyền thống Đại thừa phân loại Bồ-đề tâm theo nhiều cách, nhưng phổ biến nhất có hai hệ thống:

### 1. Theo Du-già hành tông[6] (Yogācāra):

---

(*Bodhicaryāvatāra*) trở thành văn bản căn bản để giảng dạy Bồ-đề tâm và đạo Bồ-tát trong hầu hết các học viện. Ảnh hưởng của ngài vượt ra ngoài phạm vi Phật giáo, bởi thi ca và đạo đức luận của ngài đã được dịch và nghiên cứu rộng rãi trong giới học thuật phương Tây (Crosby–Skilton, Williams, Wallace). Giá trị tư tưởng của Tịch Thiên nằm ở chỗ ông trình bày Bồ-đề tâm không chỉ như một ý niệm siêu hình mà như một năng lực sống động: khởi tâm đại bi, hành trì lục độ, và quán chiếu vô ngã. Đây là sự tổng hợp hài hòa giữa *karuṇā* (từ bi) và *prajñā* (trí tuệ), vốn là tinh thần cốt lõi của Đại thừa.

4 S: *mahā-auṣadhi*: 大藥
*tathāgatānām aparimitaḥ ko'pi dharmadhātuḥ / bodhicittam idaṃ nāma mahauṣadhiḥ* (*Bodhicaryāvatāra* I.2:. *Việt dịch:* Bồ-đề tâm này gọi là đại dược, là pháp giới vô lượng của chư Như Lai.

5 *Bodhicaryāvatāra* I.10:
*vajropamaṃ hi bodhicittaṃ durdānta-damanaṃ param. Việt dịch:* "Bồ-đề tâm thật như kim cang, có thể hàng phục mọi thứ khó điều phục."

6 *Du-già hành tông* (*Yogācāra*; 瑜伽行宗) là một trong hai hệ thống tư tưởng lớn của Phật giáo Đại thừa, được kiến lập chủ yếu bởi Vô Trước (Asaṅga) và Thế Thân (Vasubandhu). Thuật ngữ *Yogācāra* có nghĩa là "con đường hành trì du-già", nhấn mạnh đến sự hợp nhất giữa định (*samādhi*) và tuệ (*prajñā*) để trực chứng chân như. Căn cứ văn bản chính yếu là *Du-già sư địa luận* (*Yogācārabhūmi-śāstra*, T30,1579), cùng với các bộ *Nhiếp Đại*

Nguyện tâm (praṇidhicitta): chí nguyện hướng đến quả

---

*thừa luận* (*Mahāyānasaṃgraha*) và *Tam thập tụng* (*Triṃśikā*). Nền tảng tư tưởng cốt lõi của Du-già hành tông là học thuyết **Duy thức** (*vijñāna-mātra*), khẳng định rằng tất cả các hiện tượng kinh nghiệm chỉ hiện hữu trong quan hệ với thức (*vijñāna*), không có "tự tính ngoại tại" (*bāhya-svabhāva*). Từ đó, hệ thống tám thức (*aṣṭa-vijñāna*) được hình thành. *Ālaya-vijñāna* đóng vai trò là "tàng thức", duy trì dòng tương tục qua chủng tử (*bīja*) và tập khí (*vāsanā*).

Mục tiêu tối hậu của hành giả Du-già là **chuyển thức thành trí** (*āśraya-parāvṛtti*), tức chuyển hóa tám thức thành bốn trí: đại viên cảnh trí (大圓鏡智), bình đẳng tánh trí (平等性智), diệu quan sát trí (妙觀察智), và thành sở tác trí (成所作智). Quán chiếu Duy thức (*vijñapti-mātra-darśana*) giúp đoạn trừ chấp ngã (*ātman*) và chấp pháp (*dharma*).

Ý nghĩa triết học của học thuyết này không phải phủ nhận hoàn toàn ngoại cảnh (như một loại duy tâm tuyệt đối), mà là phủ nhận "tự tính" (*svabhāva*) của ngoại cảnh. Trong khi Trung quán (Mādhyamika) nhấn mạnh "các pháp đều Không", Du-già hành tông giải thích cơ chế tâm thức tạo nên kinh nghiệm, lý giải vì sao vọng chấp phát sinh và bằng cách nào có thể được chuyển hóa. Như vậy, *Yogācāra* là hệ thống thực hành (*ācāra*) và phương pháp luận, còn *Duy thức* là nguyên lý triết học cốt lõi, kết hợp tạo thành một học phái Đại thừa vừa có tính lý luận, vừa mang tính tu chứng.

*Du-già hành tông* (*Yogācāra*; 瑜伽行宗) hình thành tại Ấn Độ vào thế kỷ IV với Vô Trước (Asaṅga; 無著) và Thế Thân (Vasubandhu; 世親), dựa trên *Yogācārabhūmi-śāstra*, *Mahāyānasaṃgraha* và *Triṃśikā*. Học phái này lấy **Duy thức** (*vijñapti-mātra*) làm trục, triển khai hệ thống tám thức (*aṣṭa-vijñāna*), đặc biệt là *ālaya-vijñāna* (a-lại-da thức), cùng tiến trình **chuyển thức thành trí** (*āśraya-parāvṛtti*). Tư tưởng Yogācāra dung hợp A-tì-đạt-ma và Đại thừa, đồng thời đối thoại với Trung quán (Mādhyamika) về tính Không.

Tại Trung Hoa, Huyền Trang (玄奘, 602–664) sau chuyến du học Nālandā trở về Trung Hoa đã dịch và hệ thống hóa các luận Duy thức, quan trọng

Phật vì lợi ích chúng sinh.

Hành tâm (prasthānacitta): sự dấn thân thực hành các hạnh Ba-la-mật để thành tựu quả Phật. (*Yogācārabhūmi*, T30, no. 1579).

## 2. Theo Trung quán[7] và các luận Đại thừa:

---

nhất là *Thành duy thức luận* (成唯識論, T31n1585), tổng hợp nhiều chú giải Ấn Độ, định hình học thuyết **Duy thức** trong Hán tạng.

Đệ tử xuất sắc của Huyền Trang, Khuy Cơ (Kuījī; 窺基, 632–682), sáng lập **Pháp tướng tông (**法相宗**)**, lấy việc phân tích "tướng" (*lakṣaṇa*) của các pháp làm trọng, xây dựng hệ thống chú giải (*Thành Duy thức luận thuật ký*; *Cheng weishi lun shuji*), từ đó thiết lập Duy thức học thành một tông phái độc lập tại Trung Hoa, đối lập với Tam luận tông (三論宗). Tiến trình này cho thấy: (i) **Ấn Độ:** Yogācāra là hệ thống du-già và nhận thức luận; (ii) **Trung Hoa:** Huyền Trang truyền thừa và tổng hợp, đưa Duy thức thành học thuyết; (iii) **Pháp tướng tông:** Khuy Cơ hệ thống hóa, biến Duy thức thành một tông phái đặc thù của Phật giáo Đông Á.

7 中觀; *Mādhyamika:* hệ thống tư tưởng triết học do Long Thọ (*Nāgārjuna*, thế kỷ II–III) khai sáng, đặt trọng tâm nơi học thuyết tính Không (*śūnyatā*). "Trung" (madhya) nghĩa là con đường trung đạo, xa lìa hai cực đoan thường và đoạn; "quán" (*ika*) là sự quán chiếu, phân tích. Cốt lõi của Trung quán là lý luận Nhị đế (*satyadvaya*): Thế tục đế (*saṃvṛti-satya*) và Đệ nhất nghĩa đế (*paramārtha-satya*), qua đó hiển bày rằng các pháp duyên khởi, vốn vô tự tính (*niḥsvabhāva*). Nền tảng tư tưởng được lập trên *Căn bản Trung quán luận tụng luận* (*Mūlamadhyamakakārikā*) của Long Thọ , triển khai biện chứng bát trung đạo: bất sinh, bất diệt; bất thường, bất đoạn; bất nhất, bất dị; bất lai, bất khứ, để phá trừ mọi chấp thủ khái niệm. Tư tưởng này ảnh hưởng sâu rộng đến toàn bộ Đại thừa, được các luận sư như Thanh Biện (*Bhāvaviveka*), Nguyệt Xứng (*Candrakīrti*), Tịch Hộ (*Śāntarakṣita*) triển khai thành các hệ phái khác nhau như Tự lập luận chứng phái (Svātantrika) và Cụ duyên Ứng thành phái (Prāsaṅgika). Trung quán không thiết lập một bản thể luận mới, mà

Bồ-đề tâm tương đối (saṃvṛti-bodhicitta): tâm khởi nguyện và thực hành vì chúng sinh.

Bồ-đề tâm thắng nghĩa (paramārtha-bodhicitta): tâm thể nhập tánh Không, trực chứng chân như. (*Madhyamakāvatāra-bhāṣya* của Nguyệt Xứng [Candrakīrti], tr. I, kệ 1).

Sự phân loại này cho thấy Bồ-đề tâm vừa bao gồm nguyện lực từ bi, vừa bao gồm trí tuệ vô ngã.

## III. DẪN CHỨNG TỪ KINH LUẬN

### 1. Kinh Kim Cang

### (Vajracchedikā-prajñāpāramitā, T08, 235)

Đức Phật dạy: "Ưng vô sở trụ nhi sinh kỳ tâm." Nghĩa là, phát tâm Bồ-đề không nên trụ vào ngã, nhân, chúng sinh, thọ giả. Đây là nguyên lý *Bồ-đề tâm vô trụ* (apratiṣṭhita-bodhicitta).

Bồ-đề tâm trong *Kinh Kim Cang* (*Vajracchedikā-prajñāpāramitā-sūtra;* 金剛般若波羅蜜經) được xác lập như nguyên lý "vô trụ phát tâm". Văn bản Hán (Cưu-ma-la-thập dịch, T08, no. 235) ghi: 「應無所住而生其心」"Ưng vô sở trụ nhi sinh kỳ tâm". Đây là cốt lõi cho sự phát khởi Bồ-đề

---

dùng biện chứng phủ định để chỉ rõ rằng mọi pháp đều do duyên khởi, nên rốt ráo là Không. Đây là nền tảng triết học làm cơ sở cho Bát-nhã Ba-la-mật và cho toàn bộ Đại thừa hiển thị con đường Trung đạo, vượt ngoài vọng tưởng nhị biên.

tâm: phát tâm cầu Vô thượng Bồ-đề nhưng không trụ vào ngã (我), nhân (人), chúng sinh (眾生), thọ giả (壽者).

Ý nghĩa này cho thấy Bồ-đề tâm trong *Kim Cang* không phải là một ý nguyện thô cứng, càng không phải sự chấp thủ vào một thực thể, mà là tâm nguyện vô trụ (*apratiṣṭhita-bodhicitta*). Hành giả phát tâm không vì tự ngã mà vì hết thảy chúng sinh, đồng thời không trụ chấp vào đối tượng. Như vậy, Bồ-đề tâm được đặt trên nền tảng trí tuệ Bát-nhã: chỉ khi lìa hết mọi phân biệt thì nguyện lực mới trở thành "tâm vô thượng, chân chánh, bình đẳng".

Trong bối cảnh Đại thừa, câu "*Ưng vô sở trụ nhi sinh kỳ tâm*" đã trở thành định nghĩa then chốt cho sự khác biệt giữa Bồ-tát thừa và các thừa khác. Bồ-đề tâm không chỉ là chí nguyện rộng lớn, mà còn được soi sáng bởi tuệ giác Không (*sunya*), khiến lý tưởng cứu độ thoát khỏi tính chấp thủ mà thấm tràn tâm từ bi, không rơi vào hữu ngã.

Vì vậy, *Kinh Kim Cang* triển khai một cách độc đáo: Bồ-đề tâm vừa là khởi điểm của Bồ-tát đạo, vừa là biểu hiện của trí tuệ Không tánh. Nói cách khác, đây là Bồ-đề tâm vô trụ, là nền tảng tư tưởng cho toàn bộ truyền thống Đại thừa.

Lại nữa, trong đoạn kinh: "*Tất cả các loài chúng sinh, hoặc loài noãn sinh, hoặc loài thai sinh, hoặc loài thấp sinh, hoặc loài hóa sinh; hoặc có sắc, hoặc không sắc; hoặc có tưởng, hoặc không tưởng; hoặc chẳng phải có tưởng, chẳng phải không tưởng — ta đều khiến họ nhập vào Niết-bàn vô dư mà được diệt độ. Dù diệt độ vô lượng, vô số, vô biên chúng sinh như thế, nhưng thật ra không có một chúng sinh nào được ta diệt độ cả. Vì sao vậy, Tu-bồ-đề? Nếu Bồ-tát còn có tướng ngã, tướng nhân, tướng chúng sinh, tướng thọ giả, thì chẳng phải là Bồ-tát".*[8]

Đoạn kinh này trình bày rõ bản chất của Bồ-đề tâm theo tinh thần Bát-nhã:

- Phát nguyện phổ độ: Bồ-tát khởi tâm nguyện độ tận hết thảy chúng sinh, không sót một loài nào, từ bốn loài (thai, noãn, thấp, hoá), đến các hữu tình thuộc nhiều phạm trù: hữu sắc/vô sắc, hữu / vô tưởng, phi hữu tưởng phi vô tưởng. Đây là sự phát tâm toàn diện, ôm trọn cả vũ trụ sinh linh.

- Chân nghĩa "vô độ giả": Tuy nguyện độ vô lượng chúng sinh, nhưng trong tuệ giác Bát-nhã, Bồ-tát thấy rằng thật không có chúng sinh nào được độ (*na kaścit sattvaḥ parinirvāyati*). Bởi vì "chúng sinh" chỉ là giả danh, duyên hợp, vô tự tính. Từ đây, lý tưởng Bồ-đề tâm thoát khỏi

---

8 yāvat sarvasattvāḥ, yadi kecid garbhajāḥ, aṇḍajāḥ, saṃsvedajāḥ, upapādukāḥ, rūpiṇaḥ, arūpiṇaḥ, saṃjñinaḥ, asaṃjñinaḥ, naiva saṃjñinaḥ nāsaṃjñinaḥ — sarvān eva sattvān anupadhiśeṣe nirvāṇadhātau parinirvāpayāmi. evaṃ parinirvāpayann api na kaścit sattvo 'smābhir parinirvāyita iti draṣṭavyaḥ. tat kasya hetoḥ? Subhūte, yo bodhisattvaḥ sattvasaṃjñāyāṃ sthāsyati, na sa bodhisattvaḥ.

「所有一切眾生之類。若卵生，若胎生，若濕生，若化生。若有色，若無色。若有想，若無想。若非有想，非無想。我皆令入無餘涅槃而滅度之。如是滅度無量無數無邊眾生。實無眾生得滅度者。何以故。須菩提。若菩薩有我相、人相、眾生相、壽者相，即非菩薩。」(T08, no. 235, CBETA, 金剛般若波羅蜜經)

tính chất chấp thủ, không biến thành một hình thức của "ngã mạn cứu độ".

- Điều kiện để là Bồ-tát chân thật: Kinh dạy: "若菩薩有我相、人相、眾生相、壽者相，即非菩薩." Nghĩa là, nếu còn chấp vào bốn tướng (ngã, nhân, chúng sinh, thọ giả), thì không thể gọi là Bồ-tát. Nói cách khác, Bồ-đề tâm phải gắn liền với vô tướng, vô trụ.

- Trong *Du-già sư địa luận* (*Bodhisattvabhūmi*), phẩm Bồ-tát địa, T30, 1579, Bồ-đề tâm được định nghĩa theo hai chiều: nguyện cứu độ chúng sinh và trí tuệ chứng nhập chân như. Đoạn kinh *Kim Cang* trên chính là sự kết hợp của hai mặt: từ bi (nguyện độ hết thảy) và trí tuệ (thực ra không có chúng sinh thật để độ).

- Trong *Nhập Bồ-đề hành luận* (*Bodhicaryāvatāra*) của Tịch Thiên, Bồ-đề tâm được ví như đại địa, nâng đỡ hết thảy chúng sinh, nhưng đồng thời cũng được đặt trên nền tảng trí tuệ Không tánh. Tư tưởng này nối tiếp trực tiếp từ kinh *Kim Cang*: độ tận chúng sinh nhưng không thấy có chúng sinh nào được độ.

Về phương diện triết học: Bồ-đề tâm trong *Kim Cang* không chỉ là chí nguyện từ bi, mà còn là tuệ giác vô tướng. Đây là điểm độc đáo: lý tưởng cứu độ vô biên nhưng vẫn an trú trong Không, tránh rơi vào chấp thủ "hữu thực" hay "cứu độ như một đối tượng thật có".

Về mặt thực tiễn: Đối với hành giả, đoạn kinh này nhắc rằng khi phát Bồ-đề tâm, cần khởi tâm rộng lớn độ tất cả chúng sinh, nhưng phải đồng thời quán chiếu Không, để tâm nguyện ấy không trở thành sự trói buộc trong ngã chấp hay pháp chấp. Đây chính là "ưng vô sở trụ nhi sinh kỳ tâm" (應無所住而生其心).

Qua đây, chúng ta thấy Bồ-đề tâm trong *Kinh Kim Cang* được định hình bằng hai trục song song:

1. Đại bi: nguyện độ vô lượng vô biên chúng sinh.
2. Tuệ giác Bát-nhã: thấy không có chúng sinh thật để độ, không chấp ngã, nhân, chúng sinh, thọ giả.

Hai yếu tố này tạo thành *Bồ-đề tâm vô trụ* (*apratiṣṭhita-bodhicitta*), là tinh thần đặc thù của Đại thừa: vừa từ bi rộng lớn, vừa trí tuệ vô ngã.

### 2. Kinh Hoa nghiêm (Avataṃsaka-sūtra, 大方廣佛華嚴經 T279)

Phổ Hiền Bồ-tát phát mười đại nguyện vương đều xuất phát từ Bồ-đề tâm và quy hướng về Bồ-đề tâm. Bồ-đề tâm được ví như hạt giống, như ruộng phước, như biển cả chứa đựng vô lượng công đức.

Lại nữa, Bồ-đề tâm trong Kinh Hoa nghiêm, qua *Phẩm Nhập pháp giới* (入法界品, T279, quyển 39–80) được minh hoạ rõ nét với câu chuyện Thiện Tài đồng tử (Sudhana).

Phẩm Nhập pháp giới kể lại hành trình tham học của Thiện Tài đồng tử, được Văn-thù-sư-lợi (Mañjuśrī) khai thị sau khi phát khởi Bồ-đề tâm (bodhicitta). Bồ-tát Văn-thù dạy:

爾時，文殊師利菩薩如象王迴，觀善財童子，作如是言：「善哉善哉！善男子！汝已發阿耨多羅三藐三菩提心，復欲親近諸善知識，問菩薩行，修菩薩道。善男子！親近供養諸善知識，是具一切智最初因緣，是故於此勿生疲厭。」(T279, Phẩm 39, quyển 62)

"Lành thay! Lành thay! Thiện nam tử, ông đã có thể phát tâm A-nậu-đa-la Tam-miệu Tam-bồ-đề, thì nên cầu thiện tri thức."

Ở đây, phát tâm Bồ-đề là bước đầu tiên, nhưng chưa đủ: hành giả cần cầu học thiện tri thức (kalyāṇamitra; 善知識) để trưởng dưỡng tâm ấy và thực sự tu tập chuyển hoá.

**Ý nghĩa 52 thiện tri thức**

Sau khi phát Bồ-đề tâm, Thiện Tài được Văn-thù chỉ dạy hãy lên đường tìm đến 52 vị thiện tri thức cầu học đạo. Trong đó gồm đủ các tầng lớp: từ sa-môn, bồ-tát, chư thiên, thần, đồng nữ, cư sĩ, cho đến những nhân vật phi truyền thống như kĩ nữ, trưởng giả, thuyền trưởng. Ý nghĩa của hành trình ấy minh họa rằng Bồ-đề tâm phải được nuôi dưỡng và triển khai trong đời sống đa dạng, chứ không chỉ giới hạn trong phạm vi tu viện hay lý thuyết.

Mỗi thiện tri thức khai mở cho Thiện Tài một phương diện của Bồ-tát hạnh, khiến hành trình phát tâm không phải là ý chí đơn độc, mà là tiến trình liên tục được nâng đỡ bởi cộng đồng trí tuệ và từ bi.

**Bồ-đề tâm trong Kinh Hoa nghiêm: từ "phát tâm" đến "thành tựu pháp giới"**

Trong toàn bộ Kinh *Hoa nghiêm*, Bồ-đề tâm được ví như:

- "Nhân" của tất cả chư Phật, là hạt giống sinh ra mọi công đức.

- "Cửa ngõ" dẫn vào pháp giới viên dung, vì một niệm tâm bao trùm mười phương pháp giới.

Phẩm Nhập pháp giới cho thấy:

1. Khởi điểm: phát Bồ-đề tâm, như mầm giống.
2. Tiến trình: tham học với 52 thiện tri thức, như tưới tẩm và bồi dưỡng.
3. Thành tựu: chứng nhập pháp giới của Phổ Hiền, hợp nhất nguyện lực với toàn thể vũ trụ, hoàn tất viên mãn Bồ-đề tâm.

**Ý nghĩa triết học và thực tiễn**

- *Triết học*: Phát Bồ-đề tâm không phải là một khoảnh khắc đơn lẻ, mà là một tiến trình phát triển liên tục. Không dừng ở chí nguyện, mà triển khai trong mối quan hệ nhân duyên với "thiện tri thức", tức là tất cả hoàn cảnh, con người, pháp giới, để có thể trở thành duyên trưởng dưỡng Bồ-đề tâm.

- *Thực tiễn*: Đối với hành giả, phát Bồ-đề tâm cần được nuôi dưỡng bằng học hỏi, phụng sự, và thực tập trong thế gian. *Phẩm Nhập pháp giới.* mở ra con đường rất sống động: một Đồng tử với tâm nguyện lớn, đi vào đời, cầu học khắp nơi, để tâm nguyện ấy trở thành trí tuệ và từ bi viên mãn.

Từ đó, Bồ-đề tâm được xem là hạt giống căn bản của Phật quả. Việc Thiện Tài đồng tử phát tâm Bồ-đề, rồi được Văn-thù chỉ dạy tìm cầu 52 thiện tri thức cho thấy phát tâm không chỉ là điểm khởi đầu, mà còn là *cửa ngõ mở ra pháp giới vô tận;* tâm nguyện ấy cần được nuôi dưỡng qua sự học hỏi, thực hành, và tương tác với vô số nhân duyên trong đời.

Như vậy, Bồ-đề tâm trong *Hoa nghiêm* vừa là lý tưởng siêu việt, vừa là tiến trình sống động trong hiện thực: tâm nguyện ấy lớn bằng pháp giới, và pháp giới chính là nơi nuôi dưỡng tâm nguyện ấy.

### 3. Kinh Duy-ma-cật (Vimalakīrti-nirdeśa, T14, 475)

Duy-ma-cật cư sĩ giải thích: "Bồ-đề tâm là đại bi làm nhân, trí tuệ vô ngã làm gốc, phương tiện thiện xảo làm thành tựu." Ở đây, Bồ-đề tâm không giới hạn trong xuất gia, mà phổ quát đến cả hàng cư sĩ.

**Bồ-đề tâm và Bất nhị pháp môn** (不二法門)

Trong phẩm Bất nhị pháp môn (不二法門品, phẩm 9), chư Bồ-tát lần lượt trình bày quan điểm về tính bất nhị (*advaya*) của các đối đãi như: sinh–diệt, ngã–ngã sở, hữu–vô, thanh tịnh–nhiễm ô. Sau cùng, đến lượt Duy-ma-cật, ông im lặng.

Văn-thù Bồ-tát tán thán: "此乃真入不二法門。" ("Đây chính là chân thật nhập vào pháp môn bất nhị").

Kinh văn: Khi ấy, Duy-ma-cật im lặng, không nói một lời. Văn-thù-sư-lợi tán thán: "Lành thay! Lành thay! Cho đến không còn chữ nghĩa, ngôn, đó chính là chân thật nhập pháp môn bất nhị."[9]

Ý nghĩa:

- Bồ-đề tâm không thể bị ràng buộc trong ngôn thuyết nhị nguyên. Phát tâm cầu giác ngộ vì chúng sinh phải đặt trên nền tảng bất nhị, nghĩa là vừa từ bi cứu độ, vừa vô trụ, không chấp thủ đối tượng được độ.

- Điều này gợi lại tinh thần Kinh *Kim Cang: Độ thoát cho vô số chúng sinh mà không thấy có chúng sanh nào được độ thoát* (度無量眾生而無一眾生得滅度者), nhấn mạnh Bồ-đề tâm Đại thừa là *Bồ-đề tâm vô trụ* (*apratiṣṭhita-bodhicitta*).

**Bồ-đề tâm, Tịnh Phật quốc độ - Thành tựu chúng sinh**

Trong phẩm Phật quốc (佛國品 (phẩm 1), và đặc biệt trong các đối thoại với Duy-ma-cật, xuất hiện chủ đề: *tịnh Phật quốc độ tức thành tựu chúng sinh* (淨佛國土，即是成就衆生).

---

9 時維摩詰默然無言。文殊師利歎曰：善哉！善哉！乃至無有文字語言。是真入不二法門。(T14n0475_.14.0556c18–20)

Kinh văn: Đức Phật bảo Xá-lợi-phất: "Các cõi Phật đều tùy theo tâm chúng sinh mà thanh tịnh. Khi tâm chúng sinh thanh tịnh, thì cõi Phật thanh tịnh."[10]

Nghĩa là: Bồ-tát muốn tịnh Phật quốc độ, thì phải tịnh tâm của chúng sinh. Vì quốc độ Phật (*buddhakṣetra*) không nằm ngoài tâm, mà chính là chỗ y chỉ của tâm thanh tịnh.

Bồ-đề tâm ở đây chính là chí nguyện làm thanh tịnh cõi Phật bằng cách nhiếp thọ và chuyển hóa chúng sinh. Nghĩa là: "*tâm tịnh tức Phật độ tịnh*" (*cittaśuddhau buddhakṣetraśuddhiḥ*).

Do vậy, Bồ-đề tâm là cầu giác ngộ không vì bản thân, mà vì kiến lập một cảnh giới trong đó hết thảy hữu tình đều được an trụ trong đạo giải thoát.

**Bồ-đề tâm trong Phẩm Trì Thế Bồ-tát (持世菩薩品, phẩm 10)**

Trong phẩm này, Bồ-tát Trì Thế (持世) hỏi Duy-ma-cật:

Kinh văn: "Bồ-tát nên an trụ nơi đâu? Tu hành như thế nào?

Duy-ma-cật đáp: "Bồ-tát nên an trụ nơi Bồ-đề tâm, hành nơi các hạnh mà không chấp trước."[11]

---

10 佛告舍利弗：「諸佛國土，皆隨眾生心淨，則佛土淨。」

11 持世菩薩問維摩詰：「菩薩當云何安住？云何修行？云何攝心？」維摩詰言：「菩薩應住菩提心，行於諸行而不執著。」(T14n0475_.14.0557c07–09)

Nghĩa là, Bồ-tát nên an trụ trong Bồ-đề tâm (菩提心) mà không trụ vào pháp nào; hàng phục tâm bằng cách sống giữa chúng sinh mà không nhiễm ô. Bồ-tát ở trong sinh tử, nhưng tâm vẫn thanh tịnh; ở nơi phiền não, nhưng tuệ giác không động. Đây là mô tả của Bồ-đề tâm bất động (*acala-bodhicitta*).

Bồ-đề tâm không đồng nghĩa với xuất ly tuyệt đối, mà là tâm ở ngay trong đời, nhiếp thọ chúng sinh, nhưng không bị ràng buộc bởi thế gian.

Đây chính là lý tưởng Đại thừa: không rời sinh tử mà vẫn an trú Niết-bàn, lấy chúng sinh làm đối tượng, nhưng đồng thời vượt qua tướng chúng sinh.

Qua ba điểm trên, ta thấy:

1. Bất nhị pháp môn: Bồ-đề tâm là chí nguyện bất nhị, cứu độ vô biên nhưng không trụ vào tướng độ.

2. Tịnh Phật quốc độ thành tựu chúng sinh: Bồ-đề tâm gắn liền với chí nguyện làm thanh tịnh tâm và cảnh giới, đem lại an lạc cho muôn loài.

3. Phẩm Trì Thế Bồ-tát: Bồ-đề tâm là tâm bất động giữa đời, cứu độ mà không nhiễm, hành đạo ngay trong thế gian.

Như vậy, trong *Kinh Duy-ma-cật*, Bồ-đề tâm được triển khai không chỉ như một lời phát nguyện, mà là lý tưởng trí tuệ-từ bi bất nhị, hiện thực hóa ngay giữa đời sống sinh tử, nơi hành giả đồng hành cùng chúng sinh mà kiến lập cảnh giới Phật.

## 4. Kinh Thắng man phu nhân (Śrīmālādevī-siṃhanāda-sūtra, T12, 353)

Kinh Thắng man phu nhân (Śrīmālādevī-siṃhanāda-sūtra; 勝鬘夫人師子吼一乘大方便方廣經, T12, no. 353), triển khai theo hai chủ điểm: "Thập đạo thọ" (十受), và tư tưởng Như Lai tạng (tathāgatagarbha). Thắng Man phu nhân phát đại nguyện, xem Bồ-đề tâm như cửa ngõ để hiển lộ Như Lai tạng. Điểm đặc biệt là gắn Bồ-đề tâm với thuyết Như Lai tạng (tathāgatagarbha), vốn là nền tảng của khả tính thành Phật nơi mỗi hữu tình.

**Bồ-đề tâm và "Thập đạo thọ" (十受)**

Trong *Kinh Thắng man*, Thắng Man phu nhân phát tâm rộng lớn, lập mười đạo thọ (十受), chính là nguyện lực căn bản của Bồ-đề tâm. Nội dung này được triển khai như sau

1. Nguyện giữ gìn Chánh pháp.
2. Nguyện hộ trì Tam bảo.
3. Nguyện không tiếc thân mạng vì Phật pháp.
4. Nguyện nhiếp thọ hết thảy chúng sinh.
5. Nguyện tu tập sáu Ba-la-mật.
6. Nguyện phát khởi mười đại nguyện[12].

---

[12] Tuy văn bản chỉ nêu đề mục, không triển khai chi tiết nội dung "mười đại nguyện", nhưng theo truyền thống Đại thừa, "mười nguyện" (*daśa-*

7. Nguyện thành tựu vô lượng công đức.
8. Nguyện tu hành đạo Bồ-tát không thối chuyển.
9. Nguyện vào Nhất thừa (*ekayāna*).
10. Nguyện cứu cánh thành Phật.[13]

Ý nghĩa:

- Đây là sự phát tâm Bồ-đề được hệ thống hóa thành mười nguyện lực.
- "Thập đạo thọ" minh chứng rằng Bồ-đề tâm trong *Kinh Thắng man* không chỉ là khởi niệm, mà là toàn bộ tiến trình dấn thân, từ hộ trì Chánh pháp đến thành tựu quả Phật.
- Tính chất của Bồ-đề tâm ở đây là tâm nguyện thọ nhận trách nhiệm vô biên: với Chánh pháp và với chúng sinh.

---

*mahā-praṇidhāna*) thường được liên hệ với **Phổ Hiền thập đại nguyện vương** trong *Kinh Hoa nghiêm* (Avataṃsaka-sūtra, 入法界品, T10n0279). 1. Lễ kính chư Phật (禮敬諸佛; *sarvabuddhānāṃ vandanā*), 2. Xưng tán Như Lai (稱讚如來; *tathāgatānāṃ stuti*), 3. Quảng tu cúng dường (廣修供養; *saṃbhāra-pūjā*), 4. Sám hối nghiệp chướng (懺悔業障; *āpatti-deśanā*), 5. Tùy hỷ công đức (隨喜功德; *puṇyānumodanā*), 6. Thỉnh chuyển pháp luân (請轉法輪; *dharmacakra-pravartana-prārthanā*), 7. Thỉnh Phật trụ thế (請佛住世; *tathāgata-sthiti-prārthanā*), 8. Thường tùy Phật học (常隨佛學; *buddhānusmṛti*), 9. Hằng thuận chúng sinh (恆順眾生; *sattvānuvartana*), 10. Phổ giai hồi hướng (普皆迴向; *pariṇāmanā*).

13 一者受持正法，二者受持三寶，三者為法捨身命，四者攝取眾生，五者修習六波羅蜜，六者發起十大願，七者成就無量功德，八者修菩薩道不退轉，九者趣向一乘，十者必至作佛。(T12n0353_.12.0221c–222a):

- Đặc biệt điều thứ 6, Thắng Man "phát khởi mười đại nguyện". Đây không phải nguyện riêng biệt, mà chính là sự nối tiếp truyền thống Phổ Hiền hạnh nguyện, vốn được xem là đỉnh cao của Bồ-tát đạo trong Đại thừa.

- Nội dung thập nguyện chính là sự triển khai cụ thể của Bồ-đề tâm: từ cung kính Phật, sám hối, tán thán, đến thỉnh pháp, hộ pháp, lợi ích chúng sinh, hồi hướng công đức.

- Như vậy, Bồ-đề tâm không chỉ dừng ở chí nguyện "cứu độ chúng sinh" mà còn có hình thức tu tập cụ thể, được hệ thống hóa thành mười đại nguyện, nhấn mạnh tính phổ quát và viên mãn.

Trong *Kinh Thắng Man*, "Lục giả phát thập đại nguyện" cần được hiểu như: hành giả phát Bồ-đề tâm phải tiếp nối và thực hành mười đại nguyện vương của Phổ Hiền Bồ-tát trong *Hoa nghiêm*. Đây là sự xác lập mối liên kết giáo nghĩa:

- Bồ-đề tâm = chí nguyện căn bản,

- Thập đại nguyện = sự triển khai hạnh nguyện,

- Như Lai tạng = nền tảng bản thể luận.

Ba yếu tố ấy hợp thành một định hướng toàn diện cho đạo Bồ-tát: có nền tảng là niềm tin (Như Lai tạng), có nguyện (Bồ-đề tâm), có hạnh (Thập nguyện).

Nghĩa *Nhất thừa* (*ekayāna*) trong điều thứ chín: Thú hướng Nhất thừa (趣向一乘), tức "phát nguyện hướng về Nhất thừa". Đây là một bước phát tâm Bồ-đề đặc biệt, nối liền với lập trường kinh điển Đại thừa hậu kỳ, vốn đề cao *Nhất thừa* (*ekayāna*) như con đường duy nhất đưa đến thành Phật. Như trong *Kinh Pháp Hoa* (*Saddharmapuṇḍarīka-sūtra*; 法華經, T09, no. 262): Đức Phật khai Tam thừa (Thanh văn, Duyên giác, Bồ-tát) mà quy về Nhất thừa, vì rốt ráo chỉ có một Phật thừa. Kinh văn: "Duy hữu Nhất Phật thừa, Vô nhị diệc vô tam, Trừ Phật phương tiện thuyết; 唯有一佛乘，無二亦無三，除佛方便說 。" Trong *Kinh Thắng Man, Nhất thừa* (*ekayāna*) được gắn trực tiếp với Như Lai tạng: tất cả chúng sinh đều có Phật tánh, do đó rốt ráo chỉ có một đạo lộ thành Phật.

Phát Bồ-đề tâm là phát nguyện đi vào Nhất thừa, không còn dừng ở quả vị Thanh văn hay Duyên giác.

Trong Duy thức, Nhất thừa (*ekayāna*) còn có nghĩa là *chuyển thức thành trí*: tất cả hành giả, dù xuất phát từ các thừa khác, đều cùng quy về sự thành tựu giác ngộ viên mãn.

Trong *Kinh Thắng Man*, "thú hướng; 趣向" (hướng đến, quy hướng) nhấn mạnh động lực của Bồ-đề tâm: không thỏa mãn với các quả vị an lạc riêng (A-la-hán, Bích-chi Phật), mà chỉ lấy Phật quả làm mục tiêu. Thú hướng Nhất thừa thể hiện ý nghĩa: Bồ-đề tâm rốt ráo là tâm nguyện quy hướng Phật thừa duy nhất, bởi vì tất cả chúng sinh đều có Phật tánh, nên mọi con đường cuối cùng chỉ hội tụ vào giác ngộ viên mãn. Nhất thừa ở đây vừa là phương diện cứu cánh (chỉ một Phật quả), vừa là phương diện bản thể (Như Lai tạng phổ biến nơi tất cả chúng sinh).

Đây là sự xác định Bồ-đề tâm chân thật: phát tâm cứu độ hết thảy, lấy Nhất thừa (*ekayāna*) làm cứu cánh duy nhất.

Điểm này liên hệ trực tiếp đến điều thứ 10 của Đạo thọ: tất yếu thành Phật (必至作佛).

**Bồ-đề tâm và tư tưởng Như Lai tạng (tathāgatagarbha)**

Một đặc điểm đặc sắc của *Kinh Thắng man* là kết hợp lý tưởng Bồ-tát (và Bồ-đề tâm) với thuyết Như Lai tạng (tathāgatagarbha). Kinh văn: (T12n0353_.12.0220b–c) dạy rằng:

"Phật bảo Thắng Man: "Lành thay! Lành thay! Ngươi đã khéo có thể diễn nói về Như Lai tạng. Các Như Lai tạng này không đồng với những gì ngoại đạo nói là ngã thường, ngã vô thường, ngã có biên, ngã vô biên. Như Lai tạng này chẳng sinh chẳng diệt, chẳng nhơ chẳng sạch, chẳng tăng chẳng giảm. Vì thế, nói Như Lai tạng tức là nói chỗ cứu cánh y chỉ. Do bởi bị phiền não khách trần che phủ, mà kỳ thật chẳng phải là thực có."[14]

Nghĩa là Như Lai tạng là nền tảng thanh tịnh, thường trụ, không biến đổi, bị che phủ bởi phiền não khách trần

Bồ-đề tâm phát khởi từ sự giác ngộ Như Lai tạng ấy: khi hành giả nhận ra tất cả hữu tình đều có khả năng thành Phật, thì tâm nguyện độ tận chúng sinh mới trở nên viên mãn.

---

14 「佛告勝鬘：善哉！善哉！汝已善能演說如來藏。是如來藏非同外道所說我常、我無常、我有邊、我無邊。是如來藏不生不滅、不垢不淨、不增不減。是故說如來藏者，即是說究竟依止。以煩惱客塵所覆，非實有故。」(T12n0353_.12.0220b28–c03, CBETA)

Thắng Man phu nhân phát đại nguyện không chỉ vì lòng từ bi, mà còn vì thấy rõ Phật tính Phật (buddhadhātu) nơi hết thảy chúng sinh.

Ý nghĩa: Bồ-đề tâm trong kinh Thắng Man được đặt trên nền tảng bản thể học: nguyện thành Phật vì chúng sinh, bởi vì tất cả chúng sinh vốn có Phật tánh, có khả năng chứng nhập Niết-bàn.

Tư tưởng này nâng Bồ-đề tâm từ ý chí vị tha sang sự xác chứng bản tánh Như Lai trong toàn thể pháp giới.

Qua đó chúng ta thấy:

1. Thập đạo thọ trình bày Bồ-đề tâm như một nguyện lực toàn diện, có cấu trúc, dẫn hành giả từ hộ trì Pháp, nhiếp thọ chúng sinh, cho đến thành tựu quả Phật.

2. Như Lai tạng cung cấp nền tảng triết học cho Bồ-đề tâm: vì hết thảy chúng sinh đều có Phật tánh, nên Bồ-đề tâm vừa có tính đại bi, vừa có tính bản thể luận.

Như vậy, Bồ-đề tâm trong *Kinh Thắng man* vừa là tâm nguyện thọ nhận trách nhiệm vô biên, vừa là sự xác tín nơi Phật tánh phổ biến. Đây là sự kết hợp độc đáo giữa học thuyết Bồ-tát và Như Lai tạng, làm cho Bồ-đề tâm không chỉ là một nguyện lực siêu hình, mà còn là sự xác chứng vào bản tính phổ quát của giác ngộ.

## 5. Kinh Lăng-già (Laṅkāvatāra-sūtra, T16, no. 672)

Bồ-đề tâm được đặt trong nội hàm Duy thức, phát Bồ-đề tâm tức là chuyển thức thành trí, vượt khỏi vọng tưởng phân biệt để thể nhập chân như.

**Kinh Lăng-già và tư tưởng Duy thức**

*Kinh Lăng-già* là bộ kinh Đại thừa có vai trò quan trọng trong việc khai triển nền tảng triết học Duy thức (*vijñapti-mātra*). Bản kinh này nhiều lần nhấn mạnh rằng tất cả pháp chỉ là thức biến (*cittamātra*), những phân biệt hữu–vô, ngã–nhân, nội–ngoại đều do vọng tưởng không thật mà thành.

Trong bối cảnh ấy, Bồ-đề không chỉ là chí nguyện thành Phật để độ sinh, mà còn mang ý nghĩa chuyển biến nhận thức căn bản, đưa hành giả từ vọng thức phân biệt đến trí tuệ chân như (*tathatājñāna*).

**Phát Bồ-đề tâm chính là "chuyển thức thành trí"**

Trong *Lăng-già*, đoạn kinh: "Nếu nương vào thức thì có hai tướng (chủ thể và đối tượng).

若依於識，則有二相。(T16n0672_.16.0590b)

*yadi vijñāne pratiṣṭhitaḥ, tatra dvaya-lakṣaṇam*

cho thấy:

- Vọng thức (vijñāna): sáu thức và mạt-na thức luôn khởi lên phân biệt: ngã, nhân, chúng sinh, pháp. Đây là gốc rễ của luân hồi.

- Tàng thức (ālaya-vijñāna): giữ vai trò căn bản, chứa chủng tử, làm cơ sở cho tái sinh, nhưng cũng là chỗ nương của vô minh.

Kinh văn: "Nếu nhập vào Như Lai tạng thì lìa mọi phân biệt.

若入如來藏，則離分別 (T16n0672_.16.0584c–585b).

*yadi tathāgatagarbhe praviṣṭaḥ, tatra vikalpa-vinivṛttiḥ*

Chuyển y (āśraya-parāvṛtti): khi phát Bồ-đề tâm và tu tập đúng pháp, dòng thức này được chuyển hóa, không còn là căn bản cho luân hồi, mà trở thành trí tuệ.

Kinh mô tả bốn trí được thành tựu từ tám thức:

1. Đại viên cảnh trí (ādarśa-jñāna; 大圓鏡智) – chuyển từ a-lại-da.
2. Bình đẳng tánh trí (samatā-jñāna; 平等性智) – chuyển từ mạt-na.
3. Diệu quan sát trí (pratyavekṣaṇa-jñāna; 妙觀察智) – chuyển từ ý thức.
4. Thành sở tác trí (kṛtyānuṣṭhāna-jñāna; 成所作智) – chuyển từ năm thức giác quan.

Như vậy, phát Bồ-đề tâm không phải chỉ là nguyện lực siêu hình, mà là động lực căn bản khởi đầu cho tiến trình chuyển thức thành trí.

**Vượt khỏi vọng tưởng phân biệt để thể nhập chân như**

Bồ-đề tâm trong tinh thần *Lăng-già* chính là chí nguyện siêu việt nhị nguyên phân biệt:

Không còn thấy có "người độ" và "chúng sinh được độ".

Không còn phân biệt giữa sinh tử và Niết-bàn như hai thực thể tách biệt.

Tâm phát khởi này được gọi là Bồ-đề tâm vô trụ (*apratiṣṭhita-bodhicitta*), vì nó an trú trong chân như, không còn dựa trên phân biệt.

**Ý nghĩa triết học**

- Nhận thức luận: Bồ-đề tâm là khởi điểm của sự chuyển biến nhận thức. Nó không dừng ở ý chí vị tha, mà đồng thời là sự "chuyển y" (*āśraya-parāvṛtti*).
- Bản thể luận: Bồ-đề tâm gắn với Như Lai tạng, là nền tảng thanh tịnh, từ đó sự chuyển thức thành trí mới khả thi.
- Thực tiễn: Hành giả phát Bồ-đề tâm phải thực tập Duy thức quán, thấy rõ các pháp duy tâm sở hiện, từ đó diệt trừ phân biệt, an trụ trong chân như.

Qua đó, trong *Kinh Lăng-già*, Bồ-đề tâm được trình hiện như sự phát khởi quyết định đưa hành giả đi vào con đường chuyển thức thành trí. Phát tâm này đồng nghĩa với nguyện đoạn tận vọng tưởng phân biệt, để thể nhập chân như (*tathatā*), nền tảng của trí tuệ và từ bi viên mãn. Như vậy, Bồ-đề tâm trong *Lăng-già* vừa là khởi điểm nguyện lực, vừa là biểu hiện của tuệ giác Duy thức, vượt khỏi nhị nguyên để an trú trong Phật trí.

## 6. Nhập Bồ-đề hành luận (Bodhicaryāvatāra; 入菩提行論)

của Bồ-tát Tịch Thiên (Śāntideva; 寂天, thế kỷ VII–VIII).

Bồ-tát Tịch Thiên khẳng định: "Bồ-đề tâm như đại địa, nâng đỡ tất cả; như kim cang, phá hoại hết thảy; như biển cả, chứa đựng vô biên công đức."

Qua bộ luận nầy, Bồ-tát Tịch Thiên trình bày Bồ-đề tâm như một trục đạo đức và triết học: từ nguyện lực phổ độ đến trí tuệ Không tánh.

**Bồ-đề tâm như trục đạo đức**

Ngay ở chương I (*Bodhicittānuśaṃsaḥ*, Tán thán công đức Bồ-đề tâm), Bồ-tát Tịch Thiên khẳng định:

"Bồ-đề tâm thật là đại dược bất tử, có thể trừ diệt mọi khổ đau. (*bodhicittaṃ tu māhātmyam amṛtaṃ sarvaduḥkhaharam* (I.10)".

Bồ-tát Tịch Thiên còn ví Bồ-đề tâm như kim cang phá tan nghiệp ác, như bình cam lồ nuôi dưỡng chúng sinh.

Ở đây, Bồ-đề tâm được xem như nền tảng đạo đức tuyệt đối: tất cả giới–định–tuệ của Bồ-tát đạo đều phải xoay quanh tâm này. Không có Bồ-đề tâm, mọi thiện hạnh đều trở thành hữu hạn; có Bồ-đề tâm, mọi công đức trở thành vô lượng.

**Hai loại Bồ-đề tâm: nguyện tâm và hành tâm**

Tịch Thiên kế thừa truyền thống Yogācāra và luận điển như Bồ-tát địa (*Bodhisattvabhūmi*) khi phân biệt hai loại:

- *Nguyện tâm* (*praṇidhicitta*): chí nguyện thành Phật để độ chúng sinh, khởi tâm từ bi, phát nguyện không thối chuyển.

- *Hành tâm* (*prasthānacitta*): sự thực hành hiện thực hóa nguyện tâm, thông qua sáu Ba-la-mật, mười địa, và các hạnh Bồ-tát.

Trong *Nhập Bồ-đề hành luận*, toàn bộ mười chương có thể được xem như sự triển khai "hành tâm" qua Lục độ Ba-la-mật-đa: giữ giới, an nhẫn, tinh tấn, thiền định, và đặc biệt trí tuệ.

**Bồ-đề tâm và trí tuệ Không tánh**

Điểm độc đáo của Tịch Thiên là đặt Bồ-đề tâm trên nền tảng tư tưởng Trung quán (Mādhyamika).

- Chương IX (Bát-nhã Ba-la-mật-đa; *Prajñāpāramitā*) khẳng định: tất cả pháp vốn Không, vô tự tánh (*niḥsvabhāva*).

- Người phát Bồ-đề tâm phải vừa khởi đại bi vô hạn, vừa an lập trong tuệ giác Không: thấy chúng sinh là giả danh, nhưng vẫn phát nguyện độ tận tất cả.

Điều này phản ánh lý tưởng "Bồ-đề tâm vô trụ" (*apratiṣṭhita-bodhicitta*): vừa phổ độ, vừa vô chấp.

**Tính thi ca và thực tiễn của Bồ-đề tâm**

Khác với các luận triết lý khô khan, Tịch Thiên viết bằng thơ kệ, với hình ảnh gợi cảm:

- Bồ-đề tâm như hạt giống sinh công đức, như kho tàng vô tận, như vầng nhật chiếu sáng.
- Qua đó, ngài biến lý tưởng Bồ-đề tâm thành một năng lực sống động, có khả năng nuôi dưỡng tâm thức người tu và cả cộng đồng.

Điểm này khiến *Nhập Bồ-đề hành luận* không chỉ là một luận văn triết học mà còn là một thi ca đạo đức, dễ truyền cảm hứng cho hành giả.

Qua đó, Trong *Nhập Bồ-đề hành luận*, Bồ-đề tâm giữ vai trò trục xoay:

- Về đạo đức, là động lực cứu độ vô biên, làm cho mọi công hạnh có giá trị vô lượng.
- Về triết học, được đặt trên nền tảng Không tánh, khiến chí nguyện ấy vô trụ, không rơi vào ngã chấp.
- Về thi ca và thực tiễn, được ca ngợi như kho tàng, dược liệu, kim cang, mặt trời – trở thành sức mạnh nuôi dưỡng hành giả trên đường Bồ-tát.

Như vậy, Bồ-đề tâm trong *Nhập Bồ-đề hành luận* không chỉ là điểm khởi đầu, mà còn là bản chất, tiến trình và cứu cánh của đạo Bồ-tát, vừa dung hợp từ bi vừa dung hợp trí tuệ Không quán.

### 7. Bồ-đề tâm trong Nhập Trung Quán Luận của Nguyệt Xứng

Ngay ở phần mở đầu, Nguyệt Xứng viết:「聲聞中佛能王生，諸佛復從菩薩生，大悲心與無二慧，菩提心是佛子因。」"Thanh văn trung Phật năng vương sanh, chư Phật phục tùng bồ tát sanh, đại bi tâm dữ vô nhị tuệ, bồ đề tâm thị Phật tử nhân."

Việt dịch: "Thanh văn và Duyên giác sinh từ Đức Năng Nhân; chư Phật lại sinh từ Bồ-tát; chính đại bi, trí tuệ vô phân biệt, và bồ-đề tâm là nhân sinh ra Bồ-tát."

Như vậy, bồ-đề tâm được đặt trong bộ ba bất khả phân: đại bi định hướng đối tượng, tuệ giác bất tuệ định chuẩn tri kiến, và bồ-đề tâm kết nối chí nguyện với con đường thực hành.

**Vị trí của đại bi trong cấu trúc bồ-đề tâm**

Nguyệt Xứng dùng ba ẩn dụ liên tiếp: "Đại bi là hạt giống sinh ra Bồ-đề; đại bi là nước tưới dưỡng căn lành; đại bi cũng là sự chín muồi nơi thành quả Phật quả." (tr. 14, dòng 10–15). Đại bi không chỉ là xúc cảm mà là nguyên nhân phát sinh, nuôi dưỡng và làm viên mãn quả vị.

Tiếp đó, bản văn nêu: "Chúng sinh vì chấp ngã nên chấp ngã sở, rồi chấp pháp; giống như bánh xe nước bị đẩy, không tự tại. Bồ-tát thấy rõ duyên khởi ấy, nên khởi tâm bi." (tr. 16, dòng 3–8). Như vậy, đại bi khởi lên từ cái thấy duyên khởi, không phải chỉ do xúc động.

Văn bản còn chia ba đối tượng của đại bi: "Một là khổ hiển nhiên, hai là khổ vì vô thường, ba là khổ vì không thấy tự tánh." (tr. 20, dòng 2–7). Ba cấp độ này tương ứng với ba tầng sâu của khổ trong giáo lý.

**Ẩn dụ ánh trăng pha lê**

**Bồ-đề tâm trong Nhập Trung Quán Luận của Nguyệt Xứng**

Ngay ở phần mở đầu, Nguyệt Xứng viết:「聲聞中佛能王生，諸佛復從菩薩生，大悲心與無二慧，菩提心是佛子因。」"Thanh văn trung Phật năng vương sanh, chư Phật phục tùng bồ tát sanh, đại bi tâm dữ vô nhị tuệ, bồ đề tâm thị Phật tử nhân."

"Thanh văn và Duyên giác sinh từ Đức Năng Nhân; chư Phật lại sinh từ Bồ-tát; chính đại bi, trí tuệ vô nhị, và bồ-đề tâm là nhân sinh ra Bồ-tát."

Như vậy, bồ-đề tâm được đặt trong bộ ba bất khả phân: đại bi định hướng đối tượng, tuệ giác bất tuệ định chuẩn tri kiến, và bồ-đề tâm kết nối chí nguyện với con đường thực hành.

**Vị trí của đại bi trong cấu trúc bồ-đề tâm**

Nguyệt Xứng dùng ba ẩn dụ liên tiếp: "Đại bi là hạt giống sinh ra Bồ-đề; đại bi là nước tưới dưỡng căn lành; đại bi cũng là sự chín muồi nơi thành quả Phật quả." (tr. 14, dòng 10–15). Đại bi không chỉ là xúc cảm mà là nguyên nhân phát sinh, nuôi dưỡng và làm viên mãn quả vị.

Tiếp đó, bản văn nêu: "Chúng sinh vì chấp ngã nên chấp ngã sở, rồi chấp pháp; giống như bánh xe nước bị đẩy, không tự tại. Bồ-tát thấy rõ duyên khởi ấy, nên khởi tâm bi." (tr. 16, dòng 3–8). Như vậy, đại bi khởi lên từ cái thấy duyên khởi, không phải chỉ do xúc động.

Văn bản còn chia ba đối tượng của đại bi: "Một là khổ hiển nhiên, hai là khổ vì vô thường, ba là khổ vì không thấy tự tánh." (tr. 20, dòng 2–7). Ba cấp độ này tương ứng với ba tầng sâu của khổ trong giáo lý.

**Ẩn dụ ánh trăng pha lê**

Ẩn dụ "bóng trăng hiện trong nước động": "Chúng sinh như bóng trăng lay động trên nước; vừa bất an vì vô thường, vừa không có tự tánh. Thấy vậy mà sinh bi." (tr. 23, dòng 5–10). Đại bi ở đây nương vào tri kiến Không.

Bản văn tiếp tục triển khai hình ảnh để minh hoạ bồ-đề tâm Sơ địa:

「極喜猶如水晶月，安住佛子意空中，所依光明獲端嚴，破諸重闇得尊勝。」"Cực hỷ do như thủy tinh nguyệt, an trú Phật tử ý không trung, sở y quang minh hoạch đoan nghiêm, phá chư trùng ám đắc tôn thắng."

Bồ-đề tâm và đại bi trong Sơ địa

Khi mô tả Hoan hỷ địa (Sơ địa), bản văn viết:

「佛子此心於眾生，為度彼故隨悲轉，由普賢願善迴向，安住極喜此名初。」"Phật tử thử tâm ư chúng sanh, vi độ bỉ cố tùy bi chuyển, do Phổ Hiền nguyện thiện hồi hướng, an trú cực hỷ thử danh sơ."

Việt dịch: *"Phật tử đem tâm này hướng về chúng sinh,*

*vì muốn cứu độ họ nên tùy bi tâm mà chuyển,*

*nương nguyện Phổ Hiền khéo hồi hướng,*

*an trú trong niềm hoan hỷ, gọi là bậc Sơ địa.*

**Ẩn dụ ánh trăng pha lê**

Bản văn tiếp tục triển khai hình ảnh để minh hoạ bồ-đề tâm Sơ địa:

「極喜猶如水晶月，安住佛子意空中，所依光明獲端嚴，破諸重闇得尊勝。」"Cực hỷ do như thủy tinh nguyệt, an trú Phật tử ý không trung, sở y quang minh hoạch đoan nghiêm, phá chư trùng ám đắc tôn thắng."

Việt dịch: *Niềm hoan hỷ cực lớn ví như vầng trăng pha lê,*

*an trú nơi ý Không của bậc Phật tử,*

*nương ánh sáng ấy nên trang nghiêm thanh tịnh,*

*phá trừ tối tăm dày đặc, đạt được tôn thắng.*

Ẩn dụ ánh trăng thủy tinh biểu thị ánh sáng hoan hỷ của bồ-đề tâm, phá tan bóng tối vô minh và ngã chấp.

**Bồ-đề tâm thắng nghĩa**

Trong phần giải thích, Nguyệt Xứng nhấn mạnh: "Bồ-tát tư duy về các chúng sanh. Vì nguyện cứu độ mà thành tựu lực từ bi. Nguyện lực các ngài chính là nguyện Phổ Hiền. Như thế bồ-tát vào Sơ địa đầy hoan hỷ."

Ở đây, bồ-đề tâm không chỉ là nguyện lực sơ phát, mà còn được nâng lên thành bồ-đề tâm thắng nghĩa khi kết hợp từ bi và trí vô phân biệt, đưa hành giả vào Sơ địa.

Qua các trích dẫn trên, có thể thấy:

Bồ-đề tâm trong Nhập Trung Quán Luận được định vị trong cấu trúc ba yếu tố: đại bi – trí tuệ vô phân biệt – bồ-đề tâm.

Ở Sơ địa, bồ-đề tâm khởi từ tâm cứu độ chúng sinh, hợp nhất với hạnh nguyện Phổ Hiền.

- Hình tượng "ánh trăng thủy tinh" cho thấy bồ-đề tâm vừa là niềm hoan hỷ, vừa là ánh sáng phá tan vô minh.
- Bồ-đề tâm tối thượng không dừng ở chí nguyện, mà là chứng nhập tánh Không, đưa hành giả thành Bồ-tát.

## IV. ỨNG DỤNG THỰC TIỄN

Bồ-đề tâm là cốt lõi của Đại thừa, là điểm khởi hành và cũng là cứu cánh của Bồ-tát đạo. Từ Kinh Kim Cang, Hoa Nghiêm, Duy-ma-cật, Thắng Man, Lăng-già cho đến các luận *Nhập Trung quán*, *Nhập Bồ-đề hạnh* (*Bodhicaryāvatāra*), ta thấy rằng Bồ-đề tâm vừa là nguyện lực, vừa là trí tuệ, vừa là hành động. Trong thế kỷ XXI, phát Bồ-đề tâm không chỉ là lý tưởng tôn giáo, mà còn là nền tảng đạo đức cho sự chuyển hóa cá nhân và xã hội. Qua đó có thể vận dụng:

**1. Trong tự thân:**

Phát Bồ-đề tâm giúp hành giả vượt khỏi vị kỷ, nuôi dưỡng tâm từ bi rộng lớn, và phát triển trí tuệ vô ngã. Đây chính là sự chuyển hóa nội tâm triệt để, đem lại đời sống an lạc, tỉnh thức.

**2. Trong xã hội:**

Bồ-đề tâm trở thành nguyên lý đạo đức toàn cầu: sống vì lợi ích của hết thảy, phụng sự cộng đồng. Trong bối cảnh hiện đại, điều này đồng nghĩa với việc dấn thân vào các hoạt động từ thiện, bảo vệ môi trường, xây dựng xã hội công bằng và hòa bình.

**3. Trong tương quan triết học hiện đại:**

Bồ-đề tâm có thể được xem như một nguyên lý đạo đức phổ quát, mở ra khả năng đối thoại giữa Phật giáo và các truyền thống khác, cùng hướng đến lý tưởng nhân loại học: giải thoát khỏi khổ đau, kiến tạo xã hội từ bi và trí tuệ.

Người Phật tử luôn tránh xa quan điểm thường hằng (*nitya-dṛṣṭi*; 常見) trong thuyết Đại Ngã (*Brahman*), nhưng lòng khát ngưỡng hạnh phúc an tịch (*nirvāṇa*; 涅槃) vẫn còn. Có thể do ảnh hưởng từ quan niệm Áo nghĩa thư (*Upaniṣad*). Tuy nhiên, một vị hành giả nơi mà *Bồ-đề tâm* đã được phát khởi thì thậm chí không cầu mong *Niết-bàn*. Đối với vị ấy, *Niết-bàn* hay hạnh phúc an tịch đều trở thành vô nghĩa.[15]

---

[15] suprabhāneṣu ratneṣu ye te prābhyo'ghasāgarāḥ |
taireva nanu prāptiṃ mokṣopāyasikena kim || *[Bodhicaryāvatāra 1808]*

*Việt dịch:* "Như khi trong các châu báu sáng chói, biển cả trở thành kho tàng quý báu; thì từ đó quả thật đạt được, vậy còn cần gì đến phương tiện giải thoát khác nữa?" (*Bodhicaryāvatāra* 1808)

## B. TÁC PHẨM PHÁT BỒ-ĐỀ TÂM KINH LUẬN CỦA THẾ THÂN

Lấy Bồ-đề tâm làm điểm then chốt, quá trình tu tập của hành giả Đại thừa bắt đầu và triển khai từ đó. Từ lập trường này, Bồ-đề tâm (bodhicitta; 菩提心) chiếm giữ một vị trí độc đáo trong tư tưởng Đại thừa (Mahāyāna; 大乘). Nhưng các tác phẩm chuyên biệt về Bồ-đề tâm bằng Phạn ngữ nguyên bản phần lớn nay đều bị thất lạc; mặt khác, có nhiều luận tập (*prakarana*; 論) được tìm thấy trong Hán tạng và Tạng ngữ, để tiếp cận kho tàng ấy cần phải dành nhiều thời gian cùng công phu lao nhọc.

Trong Hán tạng có một luận tập (*Prakaraṇa*) nói về Bồ-đề tâm, nhan đề *Phát Bồ-đề tâm kinh luận* (*Bodhicittotpāda-sūtra-śāstra; 發菩提心經論*). Tác giả là Bồ-tát Thế Thân (Vasubandhu; 世親, khoảng 280–360 Stl), và dịch giả là sa-môn Cưu-ma-la-thập (Kumārajīva; 鳩摩羅什, khoảng 381–417 Stl). Khoảng cách giữa thời gian trước tác và thời gian dịch thuật chừng một thế kỷ, không quá xa để có thể phát sinh sự nghi ngờ về những xen tạp thêm thắt sau khi tác phẩm được truyền bá rộng rãi. Do đó, có thể suy định rằng tác phẩm này khi đến tay Cưu-ma-la-thập thì vẫn còn bảo lưu ở mức rất lớn hình thái nguyên bản.

Luận sư Thế Thân (Vasubandhu; 世親) là bậc thượng thủ với công trình giải thích và triển khai trọn vẹn các đề tài triết học Phật giáo. Những ai đã từng đọc *Thành duy thức luận* (*Vijñaptimātratāsiddhi* ) và *A-tì-đạt-ma Câu-xá luận* (*Abhidharmakośa*) hẳn sẽ không nghi ngờ nhận định này.

Vào thời của Ngài, các đề tài triết học thường được trình bày và xiển dương dưới hình thức kệ tụng (*kārikā*). Lối trình bày một đề tài bằng kệ tụng vốn khởi đầu từ thời Long Thọ (Nāgārjuna). Các kệ tụng được cấu tạo tương tự như kinh văn (*sūtra*), trong một số lượng từ ngữ hạn chế, vì vậy tất yếu phải được khai triển thêm bằng sớ giải (*vṛtti*) và luận thích (*bhāṣya*). Cả hai tác phẩm triết học của Thế Thân là *Thành duy thức luận* (*Vijñaptimātratāsiddhi*) và *A-tì-đạt-ma Câu-xá luận* (*Abhidharmakośa*) đều theo hình thức kệ tụng (*kārikā*), và đều đã được soạn sớ giải và chú thích.

Nhưng tác phẩm *Phát Bồ-đề tâm kinh luận* này lại không theo thể kệ tụng. Toàn bộ tác phẩm được viết bằng văn xuôi, theo phong cách đơn giản của các trước tác Đại thừa. Có lẽ vì lý do này mà trong Hán dịch được gọi là *Phát Bồ-đề tâm kinh luận*. Xét từ phương diện triển khai nội dung, nó là một *śāstra* (luận); nhưng vì hình thức phần nhiều theo phong cách *sūtra* (kinh), ngôn ngữ giản dị, nên cũng có thể gọi là một *kinh văn*.

Hoàn toàn có khả năng rằng nhiều tư liệu trong tác phẩm này đã được tiếp nhận trực tiếp từ kinh điển, mà không nêu rõ dẫn chứng. Và điều này có thể là nguyên nhân cho sự định danh "*sūtra; kinh*" của tác phẩm. Tuy nhiên, điều ấy vẫn chưa thể được khẳng định dứt khoát cho đến khi có một nghiên cứu đối chiếu so sánh cặn kẽ với các kinh văn.

Bộ luận này gồm mười hai phẩm. Ba phẩm đầu tạo thành phần dẫn nhập.

I. Phẩm Khuyến phát (*Adhyeṣaṇā; 勸發品*)

Khuyến khích hàng Bồ-tát sơ phát tâm. Phát Bồ-đề tâm ví như biển lớn sinh ra mọi châu báu, là hạt giống của tất cả công đức và nền tảng của Phật đạo.

II. Phẩm Phát tâm (*Bodhicittotpādaḥ;* 發心品)

Giải thích các nhân duyên phát tâm: quán Phật, quán lỗi lầm nơi thân, khởi đại bi, cầu pháp tối thắng. Phát Bồ-đề tâm là sự kết hợp giữa nguyện lực và trí tuệ, không phải do may mắn ngẫu nhiên.

III. Phẩm Nguyện thệ (*Praṇidhānam;* 願誓品)

Bồ-tát sơ phát tâm phải lập đại nguyện: độ sinh, thành Phật, hộ pháp. Nội dung thập đại nguyện được triển khai, kết hợp với tâm đại bi, coi sáu Ba-la-mật là chính nhân để thành Bồ-đề.

IV. Phẩm Bố thí Ba-la-mật (*Dānapāramitā;* 布施波羅蜜品)

Trình bày ba loại thí: tài thí, pháp thí, vô úy thí. Ý nghĩa chân thật của bố thí là tâm bình đẳng, vô ngã, không chấp thủ đối tượng thí và người thọ thí.

V. Phẩm Trì giới Ba-la-mật (*Śīlapāramitā;* 持戒波羅蜜品)

Nêu rõ năm loại giới: biệt giải thoát giới, định cộng giới, vô lậu giới, nhiếp căn giới, vô tác giới. Bồ-tát trì giới không chỉ để tự thanh tịnh mà nhằm lợi ích chúng sinh, giữ chánh pháp thường tồn.

VI. Phẩm An nhẫn ba-la-mật
(*Kṣāntipāramitā;* 忍辱波羅蜜品)

Nhẫn có ba loại: thân nhẫn, khẩu nhẫn, ý nhẫn. Cao nhất là Vô sinh pháp nhẫn (anutpattika-dharma-kṣānti): quán tất cả pháp vốn không sinh, nhờ đó tâm không dao động trước khen chê, khổ nạn.

VII. Phẩm Tinh tấn Ba-la-mật
(*Vīryapāramitā;* 精進波羅蜜品)

Tinh tấn vì hai mục đích: cầu vô thượng giác và độ sinh. Nhấn mạnh Tứ chánh cần, mười niệm, sự bền bỉ không thối chuyển. Tinh tấn là gốc để tăng trưởng tất cả công hạnh.

VIII. Phẩm Thiền định Ba-la-mật
(*Dhyānapāramitā* 禪波羅蜜品)

Giải thích thiền định từ cạn đến sâu: tĩnh lự, bốn vô sắc, tám giải thoát. Bồ-tát tu thiền không vì an lạc riêng, mà để nuôi dưỡng đại bi và thấu hiểu tâm hành chúng sinh.

IX. Phẩm Trí tuệ Ba-la-mật (*Prajñāpāramitā;* 智慧波羅蜜品)

Trí tuệ là đỉnh cao, soi chiếu thật tướng các pháp: vô thường, vô ngã, Không, Vô tướng, Vô nguyện. Bồ-tát hành trí tuệ để không chấp thủ, đồng thời vận dụng phương tiện lợi sinh.

Phẩm X: Như thật pháp môn (Tathāgatajñāna; 如實法門)

Dạy Bồ-tát tu sáu Ba-la-mật muốn cầu Vô thượng Bồ-đề phải xa lìa bảy chướng (ác tri thức, tham dục, ác giác, sân nhuế, phóng dật, ngoại đạo điển, tà kiến).

Đồng thời phải tu bảy pháp: thân cận thiện tri thức, tu hạnh tịch tĩnh, quán bất tịnh, thựchành nhẫn nhục, tinh tấn, tu học kinh điển Đại thừa, thể nhập đệ nhất nghĩa đế.

Cảnh báo: nếu phát tâm nhưng còn tâm sở đắc, còn chấp vào ngã–nhân–chúng sinh–thọ mạng, còn thấy có đức hạnh "có thật thể", thì Bồ-đề tâm ấy trở thành tà kiến.

Khẳng định: Bồ-đề tâm chân thật phải quán tâm là không (*cittaśūnyatā*), không có tự tướng, không tác giả, không kẻ sai khiến, nhờ đó mà thực hành bố thí, trì giới, nhẫn nhục, tinh tấn, thiền định, trí tuệ đều không trụ tướng.

Phẩm này vừa mang tính giới luật (xa lìa chướng), vừa mang tính triết học Duy thức–Trung quán (tâm vô sở đắc). Nội dung khẳng định: phát Bồ-đề tâm chân chính là vô trụ, vô đắc. Đây là cầu nối giữa hạnh phương tiện (Ba-la-mật) và trí tuệ vô tướng.

Phẩm XI: Không vô tướng (Śūnyalakṣaṇam; 空無相)

- Đức Phật dạy: tất cả pháp không có tự tánh, sắc, thọ, tưởng, hành, thức đều không trói buộc, không giải thoát, lìa niệm, lìa tướng, lìa nhơ–sạch, đến–đi.
- "Không" đồng nghĩa với "vô tướng", "vô niệm". Trong Không, ngay cả tướng không cũng không.

- Bồ-tát thấy rõ tánh không của uẩn–xứ–giới thì đạt pháp nhẫn (dharma-kṣānti), nhờ đó được thọ ký.
- Đưa ra ẩn dụ "viết chữ trên hư không": Phật pháp tuy vô tướng, nhưng nhờ phương tiện thiện xảo, chúng sinh vẫn có thể thấy, nghe, tu tập, thọ trì.
- Trình bày kinh nghiệm của chư Phật quá khứ: dẫu cúng dường vô lượng, nhưng khi còn tâm sở đắc thì không được thọ ký; chỉ khi chứng Vô sinh pháp nhẫn mới được thọ ký.

Phẩm này đặt trọng tâm vào tư tưởng Không: tất cả pháp, kể cả Phật, Phá, Tăng, Niết-bàn, đều không có tự tính. Do đó, Bồ-đề tâm không thể là tâm có sở đắc. Đây là bước thăng hoa triết học, nối liền lý tưởng Bồ-tát với tuệ giác Trung quán, đồng thời giải thích vì sao Bồ-tát phải kiên trì nhẫn vào "pháp Không".

Phẩm XII: Công đức trì (Puṇyaparyāya; 功德持)

Bồ-tát tu tâm vô tướng nhưng không lìa hữu vi: vì cầu trí tuệ Phật nên không bỏ sinh tử; vì độ chúng sinh nên không trụ niết-bàn.

Nêu mười pháp khiến Bồ-tát không thối chuyển:

1. Phát tâm sâu xa và giáo hóa người khác phát tâm.
2. Thấy Phật hoan hỷ, cúng dường.
3. Tôn kính cúng dường pháp sư, siêng nghe pháp.
4. Làm hòa hợp khi Tăng bị chia rẽ.

5. Hộ trì chánh pháp khi sắp suy tàn, chẳng tiếc thân mạng.
6. Ban vô úy cho người khổ nạn.
7. Siêng cầu pháp Đại thừa.
8. Thọ trì, đọc tụng, hành trì.
9. Tự an trụ trong pháp, lại khuyến dẫn chúng sinh.
10. Vì người giảng giải, khai mở trí tuệ.

Kinh luận này chính là nhân duyên phát Bồ-đề tâm, có khả năng duy trì chủng tử đại bi, khiến Phật chủng không đoạn tuyệt, phước đức bất khả tư nghì.

Phẩm cuối cùng kết hợp hạnh–nguyện–công đức: Bồ-đề tâm phải được duy trì bằng việc hộ pháp, giáo hóa, lợi sinh. Không những thế, việc biên chép, đọc tụng, thuyết giảng kinh này cũng được xem là công hạnh bất khả tư nghì. Như vậy, toàn văn kết thúc trong một vòng tròn viên mãn: phát tâm – tu hành – trí tuệ – hồi hướng – hộ trì – tùy hỷ, tất cả đều nhằm nối dài mạch Bồ-đề tâm.

Hai Phẩm X và XI bàn về *không luận* (*śūnyavāda*; 空論). Toàn bộ Phẩm XI như một bản kinh văn (*sūtra*), bởi bắt đầu bằng câu văn theo đúng phong cách kinh: *Ekasmin samaye Bhagavān viharati sma Venuvane Kalandakanivāpe* (Một thời, Thế Tôn ngự tại Trúc Lâm, trong vườn Ca-lan-đà).

Phẩm I và XII cũng có vẻ là những phần được trích từ kinh văn. Khi khảo sát văn cú và ngữ đoạn trong đó, không thể không gợi nhớ đến những câu và cách cấu trúc tương tự gặp ở các kinh văn khác.

| **Bodhicittotpāda-sūtra (Sanskrit)** | **Việt dịch** | **nguồn đối chiếu** |
|---|---|---|
| evaṃ viśeṣaṃ bhajati śrūyate nairātmyadarśinam / na saṃvṛtyāṃ na saṃsāre na kiñcid gamyate kvacit // [108] | *"Như vậy, đặc tính này được thuyết dạy: với người thấy rõ vô ngã (nairātmya-darśin), thì không có chỗ nào để hướng đến, dù trong giả hữu hay trong luân hồi."* | mokṣam icchasi ced rājan śṛṇu saṃsāram āgatam / na saṃvṛtyāṃ na saṃsāre na kiñcid gamyate kvacit // (*Mahāvastu*, p. 365) |
| gaṅgānadīvālukaṃ kṣaṇam [118] | *"Ví như cát sông Hằng, khoảnh khắc chỉ là chốc lát."* | gaṅgānadīvāluka-samam (*Mahāvastu*, xv adhikāra) |
| ekākṣaraṃ śānti-sukhaṃ gaṅgānadīvāluka-samam / āsaṃsārād duḥkha-kāyaḥ kalpakoṭīr anādinām // | *"Một âm tiết an tĩnh lạc, cũng quý như số cát sông Hằng. Trong sinh tử, thân khổ nối tiếp vô lượng kiếp không khởi đầu."* | śivābhāsa mahāśāstā lokahitaṃ pṛcchati / kalpakoṭīr anādinām saṃsāra-duḥkha-kāyaḥ (*Mahāvastu*, xi adhikāra) |
| anugrahāya bhūtānāṃ jātivistārito [212] | *"Vì lợi ích của các loài hữu tình, sự thuyết giảng được triển khai rộng khắp trong nhiều đời."* | vividheṣu anugraheṣu dharma-deśanāyāṃ na tair asmān divyate (*Mahāvastu*, p. 333) |

| Bodhicittotpāda-sūtra (Sanskrit) | Việt dịch | nguồn đối chiếu |
|---|---|---|
| dharmam deśe bhagavān devatānāṃ ca pūjanam / tasmiṃ pradeśe kṣayaḥ kāritavyaḥ [212] | *"Thế Tôn thuyết pháp, chư thiên đều cúng dường. Ở nơi chốn ấy, cần phải tu tập đoạn diệt."* | yaṃ pravrajitaḥ śṛṇuyāt prakāśitaṃ dharmam / tasmin pradeśe kṣayaḥ kāryaḥ (*Mahāvastu*, v adhikāra) |
| śrutvāyaṃ śrutvādṛtācāre śrutvā śrūyate śubham / śrutvāyaṃ pratipattavyo bodhisattvasya cetasā [212] | *"Nghe rồi thì giữ giới hạnh thanh tịnh, nghe rồi thì thọ trì điều thiện; nghe rồi, điều này phải được thực hành bởi tâm Bồ-tát."* | ayaṃ dharmo yaḥ śrutvā śubham ācaritavyaḥ / ayaṃ hi tena śrutvā śarīrāṇi prakāśyante (*Saddharmapuṇḍarīka*, p. 338) |

Những biểu đạt này và nhiều đoạn văn khác cho thấy rõ ràng rằng toàn bộ, hoặc ít nhất phần lớn *Bodhicittotpāda* đã được viết bằng một dạng ngôn ngữ chịu ảnh hưởng sâu nặng từ kinh điển (*sūtra*). Có lẽ đó chính là lý do tại sao tác phẩm được gọi là kinh (*sūtra*). Nhưng vì sao nó lại còn được gọi là luận (*śāstra*)?

Trong các kinh (*sūtra*), sự triển khai một đề tài không nhất thiết phải ngắn gọn. Chủ đề thường phân tán, khiến cho việc gom lại thành một chỉnh thể chặt chẽ trở nên khó khăn. Nhưng trong luận (*śāstra*) thì không như vậy: ở đây, đề tài được triển khai theo một trình tự hợp lý và thích đáng. Nội dung được sắp xếp theo từng chủ đề phân loại. Ngoài ra, nếu cần khảo sát và luận bàn thêm, thì cũng được bàn luận đúng mức. Tất cả điều ấy dẫn đến một sự thông hiểu rõ ràng và dễ nắm bắt. Trong tác phẩm hiện tại, tất cả những ưu điểm ấy đều có mặt. Vì thế, trong khi ngôn ngữ và cách hành văn khiến nó giống một *sūtra*, thì cách triển khai nội dung lại khiến nó là một *śāstra*. Do vậy, danh xưng kinh - luận "*sūtra–śāstra*" được dùng là thích đáng.

Tuy nhiên, ngay cả sau khi đọc xong cả mười phẩm bộ luận này, vẫn còn tồn nghi. Như đã được nêu, tác phẩm được viết để giải thích việc phát khởi Bồ-đề tâm (*bodhicittotpāda*). Nhưng câu hỏi then chốt đặt ra là: Bồ-đề (*bodhi*) là gì? Làm thế nào để tu tập tâm hướng đến Bồ-đề, và vì sao? Và Bồ-đề sẽ được chứng đắc bằng cách nào? Ba câu hỏi này luôn hiện ra trước mắt độc giả. Trong đó, câu hỏi "làm thế nào để tu tập tâm hướng đến Bồ-đề và vì sao" đã được giải đáp phần lớn. Câu hỏi "Bồ-đề sẽ được chứng đắc bằng cách nào" cũng đã được trả lời ở một mức độ nào đó. Nhưng trong toàn bộ tác phẩm, tuyệt nhiên không tìm thấy sự xử lý thỏa đáng cho câu hỏi: "Bồ-đề là gì?".

Vì sao lại như vậy? Không thể cho rằng nguyên nhân là do bậc luận sư thiếu tri thức, bởi trong các trước tác khác Ngài đã từng định nghĩa rõ ràng. Vậy vì sao Ngài lại mô tả những quả báo phát sinh từ Bồ-đề tâm (*bodhicitta*) mà không định nghĩa Bồ-đề (*bodhi*)? Điều tương tự cũng có thể nói về sự mô tả các phương tiện tu tập Bồ-đề tâm. Có vẻ như định nghĩa về Bồ-đề trong truyền thống Đại thừa không phải là điều đơn giản, để có thể diễn đạt bằng những công thức xác định (*idam iti ham*)[16].

Bồ-đề tâm trong tư tưởng Đại thừa giữ vị trí tương tự như *Brahman* trong triết học Upaniṣad, *Niết-bàn* (nirvāṇa) trong Thanh văn tạng, *Bhakti* trong truyền thống Purāṇic, và *Śakti* trong Mật giáo. Cũng như việc không thể định nghĩa *Brahman* bằng những cụm từ như "*idam ittham*" ("nó chính là thế này"), thì Bồ-đề cũng không thể được định nghĩa theo cách như vậy. Vì vậy, bậc luận sư đã chọn cách giải thích Bồ-đề tâm bằng lối suy luận (*anumāna*).

Lối trình bày này gần giống với cách Bādarāyaṇa định nghĩa *Brahman*. Trong *Brahmasūtra* I.1.1–2, Bādarāyaṇa chỉ nói rằng: "*Brahman* là cái mà từ đó vũ trụ này sinh khởi, v.v...". Cách diễn đạt này không đem lại một ý niệm minh xác về *Brahman*, nhưng ít nhất cũng làm sáng tỏ rằng *Brahman* chính là nguyên nhân của vũ trụ.

Tương tự, Thế Thân (Vasubandhu) cũng theo phương pháp ấy. Ngài giải thích Bồ-đề tâm bằng các thí dụ và suy luận:

---

16 *idam iti ham* : Nó chính là như thế này; chính đây là nó. Trong ngữ cảnh mà bản khảo cứu nói đến, "*idam ittham*" được dùng để chỉ kiểu định nghĩa minh xác, giản lược, thẳng thừng – như khi định nghĩa một vật thể cụ thể. Tuy nhiên, Bồ-đề (*bodhi*) hoặc Bồ-đề tâm (*bodhicitta*) không thể được nắm bắt bằng loại định nghĩa như vậy. Chính vì thế Thế Thân (Vasubandhu) đã không đưa ra một định nghĩa "*idam ittham*" cho *bodhi*, mà thay vào đó giảng giải bằng lối tỷ dụ và suy luận (*anumāna*).

"Ban đầu, khi đại dương rộng lớn hiển lộ, cần biết rằng nó là kho tàng của đủ loại châu báu: hạ phẩm, trung phẩm, thượng phẩm; các bảo ngọc vô giá như ngọc như (cintāmaṇi; 如意珠) và các loại khác. Vì chính nơi biển cả mà các châu báu ấy được tìm thấy. Cũng vậy, sự phát khởi Bồ-đề tâm (cittotpāda) của Bồ-tát cũng như thế. Khi Bồ-đề tâm vừa mới phát sinh, thì cần biết rằng nó là kho tàng từ đó phát sinh chư thiên, loài người, Thanh văn (śrāvaka; 聲聞), Độc giác (pratyekabuddha; 獨覺), Bồ-tát, tất cả các thiện pháp (kuśala-dharma; 善法), mọi hành vi đạo đức, thiền định (dhyāna; 禪), và trí tuệ (prajñā; 慧)." (I.5)

Rõ ràng ở đây, thay vì giải thích trực tiếp theo cách "nó chính là thế này" (*idam ittham*), Thế Thân muốn chỉ bày bằng phương pháp suy luận: rằng bất cứ điều gì cát tường và thiện lành trong thế gian này đều phát sinh từ Bồ-đề tâm. Do đó, Bồ-đề tâm là trung tâm thâu nhiếp, một khi tâm đã hướng về và an trú nơi đó, thì muôn loại quả báo cát tường liền bắt đầu hiển hiện.

Thế Thân giải thích Bồ-đề tâm (*bodhicitta*) bằng nhiều ví dụ và suy luận tương tự khác. Từ tất cả những thí dụ và suy luận ấy, ta có thể thấy rõ rằng Bồ-đề (*bodhi*), vốn là nguồn gốc từ đó Bồ-đề tâm phát khởi, quả thật là "một cái gì đó", nhưng những câu hỏi: "Bồ-đề là gì?" và "làm thế nào để đạt được?" vẫn chưa được giải đáp rốt ráo.

Vì sao Thế Thân không loại bỏ những nghi vấn này bằng một định nghĩa minh bạch, đơn giản về Bồ-đề? Đối với Phật tử, việc đưa ra một định nghĩa xác quyết về Bồ-đề khó khăn chẳng kém việc định nghĩa *Brahman* đối với phái Vedānta. Trường phái Vedānta đã mô tả *Brahman* như là *saccidānanda-svarūpa* (hữu–thức–lạc tánh; 有識樂性). Nhưng mô tả này, thực ra, cũng không phải là một khẳng định dương tính, mà thường được các nhà chú giải giải thích bằng lối phủ định: "*sat*" (hữu) là sự phủ định của vô hữu, "*cit*" (thức) là sự phủ định của vô tri, "*ānanda*" (lạc) là sự phủ định của khổ đau. Như vậy, định nghĩa ấy là bằng các thuật ngữ phủ định. Nhưng mô tả đó vốn chưa hoàn chỉnh, nên người đạt tri kiến *Brahman* (*brahmavid*) thay vì che giấu sự bất toàn trong nhận thức của mình, lại tuyên bố một cách thẳng thắn rằng Ngài không thể mô tả được *Brahman*, bằng cách nói: "*neti, neti*" ("không phải thế này, không phải thế kia").

Ý nghĩa cũng tương tự trong các trước tác Đại thừa. Bồ-đề (*bodhi*) thường được mô tả bằng các tính từ phủ định. Chẳng hạn như trong kinh văn, Đức Thế Tôn hỏi Tôn giả Tu-bồ-đề (Subhūti): "Ý ông nghĩ sao, Tu-bồ-đề, có pháp nào mà Như Lai đã thọ nhận từ Như Lai Nhiên Đăng (Dīpaṃkara) liên quan đến Vô thượng Chánh đẳng giác chăng?"[17]

Bấy giờ, Tôn giả Tu-bồ-đề bạch Phật: "Bạch Thế Tôn, theo như chỗ con hiểu nghĩa lời Phật dạy, thì không có pháp nào mà Như Lai đã thọ nhận từ Đức Nhiên Đăng Như Lai liên quan đến Vô thượng Chánh đẳng giác."

---

[17] asti sa kaścid dharmo yas tathāgatena dīpaṁkarasya tathāgatasyārhatasamyaksaṁbuddhasyāntikād udgṛhītaḥ

Sau đó, Đức Thế Tôn bảo Tôn giả Tu-bồ-đề: "Đúng vậy, đúng vậy, Tu-bồ-đề. Không có pháp nào mà Như Lai đã thọ nhận từ Như Lai Nhiên Đăng liên quan đến Vô thượng Chánh đẳng giác. Và nếu, này Tu-bồ-đề, có pháp nào đã được Như Lai thọ nhận, thì Đức Nhiên Đăng Như Lai đã chẳng thọ ký cho Ta, nói rằng: 'Ngươi, thiện nam tử, về sau sẽ thành bậc Thế Tôn, Ứng cúng, Chánh biến tri, hiệu là Thích-ca Mâu-ni.' Vì rằng, này Tu-bồ-đề, bởi không có pháp nào được Như Lai thọ nhận liên quan đến Vô thượng Chánh đẳng giác, cho nên Đức Nhiên Đăng Như Lai mới thọ ký cho Ta rằng: 'Ngươi, thiện nam tử, về sau sẽ thành bậc Thế Tôn, Ứng cúng, Chánh biến tri, hiệu là Thích-ca Mâu-ni.'"

"Tu-bồ-đề. Vì sao gọi là Như Lai? Là bởi vì danh hiệu ấy biểu thị cho *chân như*. Vì sao, Tu-bồ-đề, gọi là Như Lai? Là bởi vì Ngài vốn bất sinh. Vì sao, Tu-bồ-đề, gọi là Như Lai? Là bởi vì Ngài biểu thị cho sự đoạn tận tất cả các tướng. Vì sao, Tu-bồ-đề, gọi là Như Lai? Là bởi vì Ngài chính là người không hề có khởi nguyên nào hết. Vì sao lại như vậy? Vì, này Tu-bồ-đề, bất sinh chính là cứu cánh tối thượng."

"Này Tu-bồ-đề, giả sử có ai nói rằng: 'Như Lai, bậc Ứng Cúng, Chánh Biến Tri, đã chứng đắc Vô thượng Chánh đẳng Chánh giác', thì người ấy nói lời hư dối, phỉ báng Như Lai bằng sự hư dối do tự mình hư vọng mà chấp thủ. Vì sao vậy? Vì, này Tu-bồ-đề, thật ra không có pháp nào mà Như Lai có thể chứng đắc đối với Vô thượng Chánh đẳng Chánh giác. Và trong những gì mà Như Lai đã biết và đã thuyết giảng, vốn không có thật cũng không có hư. Vì vậy, Như Lai mới tuyên thuyết rằng: 'Tất cả các pháp đều là Phật pháp.' Vì sao? Bởi vì những gì Như Lai nói là 'tất cả pháp', thì chính là nói 'không có pháp nào'; do vậy tất cả pháp đều gọi là Phật pháp." (*Vajracchedikā*, Anuccheda 17)

Khi đặt ra những mô tả phủ định về Bồ-đề (*bodhi*), Thế Thân đã nêu trong *Câu-xá luận* (*Abhidharmakośa*) một định nghĩa như sau: *kṣayān-anutpādajñānaṃ bodhiḥ* (VI.67) "Bồ-đề là trí tuệ về sự diệt tận và bất sinh."

Nhưng trong tác phẩm Phát Bồ-đề tâm kinh luận (*Bodhicittotpāda*), Ngài lại không hề đưa ra định nghĩa nào về Bồ-đề. Vì sao vậy?

Bồ-đề mà một hành giả khổ công cầu đạo, hy sinh thân mạng, xả bỏ mọi an lạc vì lợi ích của cả ba đời mà tu tập, lẽ nào chỉ là một Bồ-đề mang hình thái phủ định, gần như đồng nghĩa với hư vô? Có lẽ không phải như vậy. Nếu người cầu đạo biết trước rằng Bồ-đề chỉ là không tánh, như hư không (kha-sama; 虛空等), đồng nghĩa với hư vô, thì chắc hẳn khó có thể khởi tâm chí thành hướng về lý tưởng Đại thừa, vốn dạy phải xả ly tất cả.

Sự thực hành mà những thiện nam tử phát tâm, chấp nhận mọi gian khổ, từ bỏ các tiện nghi thế tục, xem nỗi khổ riêng của mình chẳng khác gì ngọn cỏ, xem khổ đau của tha nhân như chính khổ đau của bản thân, luôn luôn tận tâm vì lợi ích của người khác, sự thực hành ấy chắc chắn tràn đầy vô lượng công đức. Quả của sự thực hành đó tuyệt nhiên không phải là một Bồ-đề mang những thuộc tính phủ định.

Chính vì thế, thay vì mô tả Bồ-đề bằng những định thức trực tiếp như "nó chính là thế này" (*idam ittham*), Thế Thân chọn cách giải thích về công đức của Bồ-đề tâm (*bodhicitta*) và sự tu tập hướng đến Bồ-đề (*bodhi-sādhana*). Như thế cũng đã đủ cho người cầu đạo. Người bệnh vốn không mong muốn biết thuốc được bào chế như thế nào, thành phần gồm những gì; điều mà họ quan tâm chỉ là: liệu thuốc ấy có thể trừ bỏ bệnh khổ chăng. Cũng vậy, người cầu đạo chỉ quan tâm đến Bồ-đề, thứ thuốc hay chữa trị mọi khổ đau của thế gian. Còn câu hỏi "Bồ-đề là gì, nó thế nào" chỉ là thứ yếu.

Có tất cả những vấn đề như thế trước mắt, cho nên Thế Thân thay vì mô tả Bồ-đề, đã giảng giải Bồ-đề qua các công đức và tác dụng. Việc ấy không phải không có ý nghĩa. Không cần đưa ra một định nghĩa trực tiếp, Thế Thân chỉ rõ:

"Nếu có người chỉ phát khởi Bồ-đề tâm (*bodhicitta*) với mục đích đơn thuần để đạt được Bồ-đề, thì nên biết rằng người ấy không thể thoát khỏi già và chết, cũng không thể chứng đắc Bồ-đề. Vì sao? Vì sự chứng đắc Bồ-đề như thế chỉ là một tà kiến (*dṛṣṭi*; 見), một quan niệm hư vọng cho rằng có một pháp để nắm lấy. Đó chính là *ātma-dṛṣṭi* (ngã kiến), là *jīva-dṛṣṭi* (mạng kiến). Tóm lại, quan niệm cho rằng có cái gì nhất định phải đạt được, chính nó đã là một sự chấp thủ; và sự chấp thủ trong tâm này không gì khác hơn chính là tà kiến."[18] (Phẩm X.)

---

[18] puruṣaḥ prāpsituṃ hetor yadīcchati cet bodhicittaṃ ... jñātavyaṃ ca sa puruṣaḥ prāpnuyāt jarāmaraṇam | na ca gacchati bodhiṃ, tat kasmāt hetor? bodhicittaprāptisaṃśritā prāptiḥ ... ātma-dṛṣṭiḥ ... jīva-dṛṣṭiḥ

Một định nghĩa về Bồ-đề tâm (*bodhicitta*) mà có thể khiến người ta tin rằng đó chỉ là một "pháp để đạt được", hoặc một định nghĩa khiến nó chỉ còn là tập hợp những phủ định trống rỗng, đều không thể chấp nhận được đối với hành giả (*sādhaka*). Nếu coi nó như một "pháp để đạt được", chắc chắn điều ấy sẽ dẫn đến sự chấp thủ, mà đó ắt là điều bất thiện. Ngược lại, nếu chỉ quy nó về toàn những phủ định, thì không bao giờ hành giả có thể khởi hứng tu tập. Có lẽ, khi đối diện cả hai phương diện này, Thế Thân đã không định nghĩa Bồ-đề (*bodhi*) bằng những công thức xác quyết.

Câu hỏi: "Làm thế nào để tu tập Bồ-đề tâm và vì sao?" đã được giải đáp trong ba phẩm đầu. Ví như mặt đất này nâng đỡ muôn loài, không phân biệt tốt hay xấu, thì Bồ-đề tâm cũng vậy, làm nơi quy y cho tất cả chúng sinh (Phẩm I). Cũng như thế giới chúng sinh vốn không cùng tận, thì sự tu tập Bồ-đề tâm cũng không cùng tận ( Phẩm I). Để làm chỗ nương tựa (*śaraṇa*) cho vô lượng chúng sinh, thì việc tu tập vô lượng Bồ-đề tâm là điều tất yếu. Ví như sự tồn tại của trái đất vật chất là

---

... saṃśleṣata utpannā ... yathā kiñcid grāhasaṃbandhaḥ dharmameva āsaṅgaḥ | cintā-saṅga eva ucyate mithyādṛṣṭiḥ ||

*Việt dịch:* Nếu một người phát khởi Bồ-đề tâm (*bodhicitta*) chỉ vì mong cầu đạt được (một kết quả nào đó), thì người ấy phải biết rằng chắc chắn sẽ còn vướng mắc trong già và chết (*jarāmaraṇa*). Người ấy sẽ không chứng được Bồ-đề (*bodhi*). Vì sao vậy? Bởi vì sự cầu đạt dựa trên việc mong nắm lấy Bồ-đề tâm chính là *ngã kiến* (*ātma-dṛṣṭi*), là *mạng kiến* (*jīva-dṛṣṭi*), vốn sinh khởi từ sự kết hợp với chấp thủ. Hễ còn có một mảy may liên hệ nắm giữ (grāha-saṃbandha), thì sự bám chấp vào pháp ấy (dharma-āsaṅga) chính là chấp thủ của tâm. Mà sự bám chấp trong tâm này, đích thực chính là tà kiến (*mithyā-dṛṣṭi*)."

cần thiết để bảo hộ và phát triển thân thể chúng sinh, thì cũng vậy, đối với sự phát triển văn hóa và tâm linh của họ, sự tu tập Bồ-đề tâm là điều tất yếu trong thế gian. Vì mục đích của Bồ-đề tâm là làm lợi ích cho thế giới hữu tình, nên ngay khi nó vừa phát khởi, vô số chúng sinh đã liền được khơi nguồn cảm hứng cho sự thăng tiến của mình.

Nếu đem so sánh ý niệm giải thoát (*mokṣa*) của Áo nghĩa thư (*Upaniṣad*) và Niết-bàn (*nirvāṇa*) của Thượng tọa bộ (Theravāda), với lý tưởng của Bồ-đề tâm, thì sẽ thấy rõ rằng lý tưởng giải thoát (*mokṣa*) hay Niết-bàn (*nirvāṇa*) vốn chỉ là thành tựu lợi ích tự thân (dù cho lợi ích ấy thuộc về thế giới bên kia, chứ không phải thế giới hiện tại). Đó không phải là lý tưởng đem trọn đời hiến dâng cho hạnh phúc và phục vụ tha nhân. Các luận sư Thượng tọa bộ còn tuyên bố: "Dầu cho lợi ích của người khác có lớn lao đến đâu, thì lợi ích của chính mình cũng không nên xả bỏ. Khi đã biết rõ lợi ích của chính mình, thì phải chuyên tâm hành trì vì lợi ích của chính mình."[19]

Việc bỏ qua lợi ích của người khác để chỉ chăm lo cho tự lợi, hoặc hiến dâng cả đời mình cho một mục tiêu như *niết-bàn*

---

[19] kasmaye yad ahaṃ sarvasattveṣu bodhicittasukhāya nityaṃ paripālayiṣyuṃ (tān sattvān)
parihṛtya mātsaryam prayaccheyam aprameyaṃ sukham, utsṛjeyam atimātraṃ bhogaṃ dhānādi ca, uddhareyaṃ vastusandṛṣṭiṃ sadāsmāt ||

"Vì sao vậy? Bởi Ta, đối với tất cả hữu tình, sẽ luôn luôn giữ gìn Bồ-đề tâm nhằm đem lại an lạc. (Các hữu tình ấy) Ta sẽ hộ trì, từ bỏ tâm xan tham (mātsarya), ban tặng cho họ niềm an lạc vô lượng. Ta sẽ xả bỏ sự hưởng thụ quá mức, của cải và tài sản, để nhổ tận gốc cái thấy sai lầm về 'thực thể' (*vastu-dṛṣṭi*)."

(*nirvāṇa*) hay *giải thoát* (*mokṣa*), không phải là lý tưởng của Bồ-tát (*bodhisattva*). Tất cả những gì đem lại lợi ích cho tha nhân, nếu thật sự người khác được lợi lạc, thì điều đó đem đến cho vị Bồ-tát niềm hoan hỷ lớn lao chẳng khác gì sự thành tựu lợi ích của chính mình. Vì lý do ấy mà Bồ-tát khởi nguyện khi phát Bồ-đề tâm như sau:

"Sau khi đã phát Bồ-đề tâm (*bodhicitta*) vì tất cả chúng sinh, nguyện cho tôi biết xả bỏ lợi ích riêng mình để luôn hộ trì họ, nguyện cho tôi ban tặng cho họ niềm hạnh phúc vô biên, nguyện cho tôi hiến dâng cho họ cả thân mạng và tài sản, nguyện cho tôi cứu độ hữu tình, và nguyện cho tôi hành trì Thánh pháp."

Bồ-đề tâm được tu tập như thế nào? Trước tiên, phải có những nhân duyên căn bản có thể được tu dưỡng. Trong chương thứ hai, các nhân duyên từ đó Bồ-đề tâm phát khởi ban đầu đã được liệt kê. Ở đây cần ghi nhớ rằng ý nghĩa *phát Bồ-đề tâm* (*bodhicittotpatti*) theo tư tưởng Đại thừa chính là sự thức tỉnh Bồ-đề tâm vốn tiềm ẩn. Ngoại trừ một số ít kẻ phạm tội cực nặng, thì Bồ-đề tâm vẫn tồn tại dưới dạng tiềm phục nơi tất cả chúng sinh trong trạng thái vô thức. Khi Bồ-đề tâm được đánh thức nhờ vào sự tu tập các nhân duyên và yếu tố căn bản, thì cá nhân ấy không còn là một phàm phu thông thường nữa, mà trở thành một vị Bồ-tát.

Điều mà vị Bồ-tát phát nguyện được trình bày trong chương thứ ba. Trong số các đại nguyện ấy, nguyện chính yếu là vị ấy sẽ xả bỏ tài sản và thân mạng vì lợi ích của chúng sinh khác (xem trích dẫn ở trên). Với đại nguyện như vậy, vị ấy hướng tất cả nỗ lực của mình về việc chứng đắc Bồ-đề (*bodhi*).

Bồ-đề (*bodhi*) được thành tựu nhờ sáu Ba-la-mật (*pāramitā*). Thế Thân mô tả các Ba-la-mật bằng lối văn sinh động. Trước hết, vị Bồ-tát tu tập Bố thí ba-la-mật (*dāna-pāramitā*), xả bỏ tất cả những gì thuộc về mình. Đây gọi là *sarva-dāna*: sự hy hiến toàn diện. Như kinh văn đã nêu: *sarva-dānam na bahud-hānam kintu dāna-cittam* ( Phẩm IV) "Bố thí toàn diện không phải là cho nhiều của cải, mà chính là tâm bố thí." Ý nghĩa của Bố thí viên mãn (*sarva-dāna*) là ở chỗ người thí chủ tin rằng không có gì mà mình không thể cho đi, và chỉ với sự bố thí như vậy mới đạt đến viên mãn Bố thí ba-la-mật.

Tịch Thiên (Śāntideva) trong *Nhập Bồ-đề hành luận* diễn đạt ý này một cách minh bạch hơn: "Nếu cho rằng sự thành tựu Bố thí ba-la-mật đồng nghĩa với việc làm cho thế gian này 'không còn nghèo khổ', thì phải thừa nhận rằng các Đức Phật quá khứ đều chưa thành tựu, bởi thế gian ngày nay vẫn còn nghèo khổ. Nhưng nếu từ bỏ trong tâm tất cả mọi sự, kể cả mong cầu quả báo từ việc bố thí, mới được gọi là thành tựu Bố thí ba-la-mật. Do vậy, Ba-la-mật chính là tâm (*citta*) vậy."[20]

---

[20] arthinaṃ jagatāṃ yas tu dānavairāgitaḥ yadi |
jagatkṣemakṛtā sā caṃ pūrṇatāṃ gatā ||
phaleṣu ca sarvasvaparityāgacitāśraye sthite |
dānapāramitā proktā tasmāt sā cittameva tu ||
(*Bodhicaryāvatāra* V.9–10).

*Việt dịch:* Nếu một người vì lợi ích của tất cả chúng sinh mà thực hành bố thí với tâm xả ly, thì người ấy quả thật đem lại an lạc cho thế gian, và sự viên mãn ấy được thành tựu. Khi tâm nương nơi ý chí xả bỏ tất cả đối với

Khi mô tả trì giới Ba-la-mật (*śīla-pāramitā*), luận văn nhấn mạnh rằng hạnh trì giới của Bồ-tát là hạnh trì giới phi thường (*adbhuta-śīla*). Không thể so sánh với hạnh trì giới của A-la-hán (*arhat*) cũng không thể so sánh với hạnh trì giới của Độc giác Phật (*pratyekabuddha*). Chính vì tính chất phi thường ấy, mà hành trì giới luật của Bồ-tát được gọi là hành trì giới thiện (*kuśala* hay *śādhu*), bởi vì thông qua hạnh trì giới ấy, tất cả hữu tình đều được lợi lạc.[21]

Tiếp theo là về sự phát triển hạnh trì giới của Bồ-tát. Hạnh trì giới sơ khởi chính là sự sợ hãi ngay cả đối với những tội lỗi nhỏ nhặt nhất ( Phẩm V)[22]. Việc hành trì giới luật của Bồ-tát là nhằm đem lại an lạc cho tất cả hữu tình, chứ không bao giờ mong cầu quả báo để được sinh về một cảnh giới thù thắng hơn cho riêng mình (Phẩm VI)[23].

---

mọi quả báo, thì đó gọi là *dāna-pāramitā* (Ba-la-mật của bố thí). Do vậy, Ba-la-mật này chính là tâm vậy." *Nhập Bồ-đề hành luận* V.9–10).

21 bodhisattva ācarati śīlaṃ śrāvaka-pratyekabuddhāśrayādupaśobhitaṃ | atīva adbhutaśīlatvāt puruṣaśīlapramāṇataḥ | kuśalaśīlapramāṇatvāt karoti sarvasattvānām ||

*Việt dịch:* "Bồ-tát hành trì giới luật (*śīla*), nhưng không giống như giới luật nương vào Thanh văn (*śrāvaka*) hay Độc giác Phật (*pratyekabuddha*). Bởi vì giới luật ấy mang tính chất phi thường (*adbhuta-śīla*), vượt trên mọi chuẩn mực của phàm phu; nhờ là giới luật thiện (*kuśala-śīla*), nên đem lại lợi ích cho tất cả chúng sinh."

22 kṣāntipāramitā prāpteṣu citte na kṣobhitā | Việt dịch: "Khi đạt đến *kṣānti-pāramitā* (Ba-la-mật của nhẫn nhục), thì tâm không còn bị dao động."

23 bodhisattvo gṛhītvā paricittasya śīlaṃ na pratihitaḥ bhavati kāmadhātu na ca rūpadhātu nāpi ca pratihitaḥ bhavarūpadhātuṣu ||

Khi mô tả về Ba-la-mật an nhẫn (*kṣānti-pāramitā*), lý tưởng vô song của Bồ-tát được trình bày như sau: nếu có ai phỉ báng hay làm hại, thì cần được tha thứ như đối với một kẻ điên cuồng.

Điều này nên được nhận hiểu là kết quả của các nghiệp đã tạo trong đời quá khứ (6,67). Khi mô tả Tinh tấn Ba-la-mật (*vīrya-pāramitā*), nói rằng giai đoạn sơ khởi của tinh tấn nơi một vị Bồ-tát là không bao giờ thối lui khỏi chí hướng của mình. Nhưng khi được phát triển đầy đủ, tinh tấn ấy là vô biên.

Về thiền định Ba-la-mật (*dhyāna-pāramitā*), có những điều rất huyền diệu đã được trình bày, mà chỉ các bậc Du-già hành (*yogin*) mới có thể hiểu rõ. Tuy nhiên, thiền định cũng có ích lợi cho hàng phàm phu. Khi hành thiền, một vị Bồ-tát tuy dạo bước trong thế gian nhưng không hệ lụy vào thế gian. Nhờ thiền định, tâm vị ấy trở nên an tĩnh và kiên cố. Ngay cả những lợi ích như vậy phát sinh từ thiền định cũng không hề nhỏ.

Đối với bậc tu mật hạnh, thiền định là phương tiện để đạt đến mọi loại thần thông (*ṛddhi*). Từ đó phát sinh 'thiên nhĩ' (*divya-śrotra*) và 'thiên nhãn' (*divya-cakṣus*), nhờ đó có thể nghe được âm thanh xa xôi, thấy được các vật ở nơi xa. Bằng những thần thông ấy, người tu còn có thể biết được ý nghĩ trong tâm người khác (tha tâm thông; *paracittajñāna*), nhớ lại

---

*Việt dịch:* Bồ-tát hành trì giới thanh tịnh không còn bị trói buộc. Ngài không bị ngăn ngại bởi cõi Dục (*kāmadhātu*), cũng không bị ngăn ngại bởi cõi Sắc (*rūpadhātu*), và cũng không bị trói buộc trong các cõi Hữu khác."

các đời quá khứ (túc mạng thông; *pūrvanivāsānusmṛti*), và có thể thực hiện nhiều điều kỳ diệu khác."

Thiền định Ba-la-mật (*dhyāna-pāramitā*) và Trí huệ Ba-la-mật (*prajñā-pāramitā*) đều thấm nhuần những giáo nghĩa thâm áo. Trong khi Thiền Ba-la-mật là lãnh vực của sự hành trì thực hành (*sādhanā*), thì Trí huệ Ba-la-mật là lãnh vực rèn luyện tâm thức. Ở giai đoạn sơ khởi, Trí huệ Ba-la-mật giữ được khả năng phân biệt thiện và bất thiện. Nhưng dần dần khi phát triển, sẽ không còn nhìn thế giới theo cái thấy thông thường của phàm phu. Nói rõ hơn, nếu hàng phàm phu nhìn thế giới theo cách thông tục, thì một người có tâm trí huệ (*prajñā-citta*) lại thấy thế giới theo cách hoàn toàn khác. Thế gian phàm tục xem thiện (*kuśala*), bất thiện (*akuśala*), hữu ngã (*ātman*), vô ngã (*anātman*), v.v. như những thực thể riêng biệt và tin rằng đó là các pháp thật có. Trái lại, người đã thành tựu trí huệ (*prajñā*) thì thấy thiện, bất thiện, thường, vô thường v.v. đều không còn sai biệt.[24]

Trong một hệ thống mà cái thấy này được thừa nhận, thì tâm không còn chỗ để lạc hướng. Chỉ khi nào có sự phân biệt hữu và vô đặt ra trước tâm, mới có thể khởi lên sự xao động. Luận sư Tịch Thiên (*Śāntideva*) đã nói rằng tâm trở nên vững chắc khi không còn sự phân biệt giữa có và không (9,34).[25]

---

[24] Phạn: *prajñā caivaṃ kuśalākuśalānityānātmasaṃjñānmanasāṃ... ekakṣaṇalakṣaṇāt* (trích từ bản gốc, chỉ ra quan điểm về sự không phân biệt thiện – bất thiện – thường – vô thường...).

[25] Phạn: *yadā na bhāvo nābhāvo na meyaḥ santiṣṭhate puraḥ / tadā nirābhāse nirālambaḥ praśāmyati //*. Ý nói: khi hữu và vô không còn hiện hữu trước tâm, thì tâm không còn chỗ nương, trở nên tịch tĩnh.

Trong phần luận về Trí huệ Ba-la-mật, chỉ có một sự dẫn chiếu ngắn đến Không tông (*Śūnyavāda*), vốn sẽ được bàn chi tiết trong hai phẩm kế tiếp (10, 11).

Phẩm 12 cuối cùng, đề cập đến công đức sẽ phát sinh từ việc tu tập qua sự đọc tụng kinh luận này, đến đây bộ luận được kết thúc.

Học thuyết Không (*Śūnyavāda*) đã được trình bày ở đây phần lớn theo phong cách kinh (*sūtra*). Do đó, nơi đây không thấy những cuộc biện luận và khai triển sâu rộng như trong *Hồi tránh luận* (*Vigrahavyāvartanī*)[26] của Long Thọ (Nāgārjuna).

---

26 *Vigrahavyāvartanī* ( 迴諍論) là một luận thư trọng yếu của Long Thọ (Nāgārjuna; 樹), thuộc hệ thống Trung quán (Mādhyamika). Tác phẩm này tồn tại trong bản Phạn văn được phục hồi dựa trên các thủ bản Nepal và được Louis de La Vallée Poussin ấn hành lần đầu năm 1903. Bản Hán dịch do Cưu-ma-la-thập (Kumārajīva; 鳩摩羅什) thực hiện, hiện lưu trong Đại Chính tạng (T.1632, 32.0016a–0024a) với nhan đề Trung quán Hồi tránh luận (中論迴諍論). Nội dung chính của *Vigrahavyāvartanī* là biện luận trước những công kích của các hệ thống triết học Bà-la-môn và Phật giáo bộ phái đối với thuyết tính Không (*śūnyatā*). Long Thọ khẳng định rằng Không không phải là một hư vô luận (nihilism), mà chính là trung đạo, phủ định mọi kiến chấp về tự tính (*svabhāva*). Cấu trúc tác phẩm mang hình thức vấn–đáp: đối phương nêu vấn nạn, Long Thọ bác bỏ và triển khai lập luận duyên khởi (*pratītyasamutpāda*) như là nền tảng để chứng minh tính Không. Đây là một văn bản quan trọng để hiểu rõ sự hình thành và phát triển của Trung quán học phái, đồng thời cũng cho thấy phong cách biện chứng đặc trưng của Long Thọ. Các học giả hiện đại như David Seyfort Ruegg, Richard H. Robinson, Jan Westerhoff đã khảo cứu sâu về tác phẩm này, coi nó như một "apologetic treatise" (luận biện hộ) nhằm bảo vệ học thuyết Trung quán trước sự phê phán của đối phương.

Từ một luận văn ngắn gọn như thế này, chúng ta không thể nêu lên những đánh giá toàn diện chính xác về tư tưởng và triết học của Thế Thân. Ngài là một luận sư đa tài, trước tác nhiều luận thư thuộc nhiều hệ thống khác nhau. Vì vậy, thật khó để xác định rõ ràng tông phái và tư tưởng riêng của ngài. Một tiểu truyện[27] của ngài, do Chân Đế (Paramārtha) biên

---

Trong *Hồi tránh luận* (*Vigrahavyāvartanī*), Long Thọ (Nāgārjuna) trình bày lập trường Trung quán thông qua việc phản biện các đối tượng triết học khác nhau. Một số luận điểm nổi bật có thể kể đến: (1) Bác bỏ tự tính (svabhāva; 自性): Long Thọ nêu rõ rằng nếu sự vật có tự tính, chúng sẽ không thể sinh khởi do nhân duyên; nhưng nếu không có tự tính, thì chúng chỉ tồn tại trong quan hệ duyên khởi (*pratītyasamutpāda*). Do đó, khái niệm tự tính bị phủ định tận gốc. (2) Phản biện về nhân quả (kārya-kāraṇa; 因果): Luận chủ chỉ ra rằng nhân và quả không thể có thực thể riêng biệt, cũng không thể đồng nhất; nếu nhân quả có thực thể cố định thì quá trình sinh khởi sẽ bị phủ định, còn nếu không có thực thể cố định thì chỉ có thể được giải thích bằng duyên khởi. (3) Lập luận về ngôn ngữ và tri thức: Đối phương chỉ trích rằng nếu tất cả đều Không thì luận thuyết của Long Thọ cũng vô nghĩa. Ngài trả lời rằng lập luận của mình chỉ là giả lập (*prajñapti*), phương tiện để phá bỏ chấp trước, chứ không phải thiết lập một thực thể mới. (4) Khẳng định Trung đạo: Long Thọ bác bỏ hai cực đoan thường và đoạn. Không (*śūnyatā*) không phải là hư vô, mà là sự vắng mặt tự tính, qua đó chỉ bày chân lý duyên khởi.

Các luận điểm này cho thấy *Vigrahavyāvartanī* không phải là một khảo cứu thuần triết học mà là một văn bản biện chứng, nhằm bảo vệ giáo lý Không tánh trước sự công kích của các trường phái như Nyāya, Vaiśeṣika, và ngay cả một số bộ phái Phật giáo. Đây cũng là lý do mà học giả hiện đại như T. R. V. Murti và David Seyfort Ruegg đánh giá tác phẩm này như "một cột mốc quan trọng" trong tiến trình hệ thống hóa triết học Trung quán.

27 *Thế Thân Bồ-tát truyện* (世親菩薩傳), do Chân Đế (Paramārtha; 499-569, 真諦) dịch sang Hán ngữ, hiện còn được bảo tồn trong Đại Chính

soạn bằng Hán ngữ, hiện còn được lưu truyền. Theo đó, ngài

tạng (T50, no. 2049). *Thế Thân Bồ-tát truyện* (世親菩薩傳) hiện tồn tại trong Hán tạng do ngài dịch. Theo các học giả hiện đại (như Frauwallner, Anacker, Lusthaus), văn bản này không phải là một dịch phẩm trực tiếp từ bản gốc Phạn, mà là một truyện ký do chính ngài Paramārtha biên soạn bằng Hán ngữ, dựa trên truyền thuyết và tư liệu ông tiếp nhận được trong truyền thống Ấn Độ và Tây Vực. Bản gốc Phạn văn: Hiện không có chứng cứ cho thấy có một "Vasubandhu-bodhisattva-carita" bằng tiếng Phạn từng tồn tại. Nguyên tác là do Chân Đế (Paramārtha soạn thuật và dịch sang Hán ngữ, chứ không phải dịch từ một bản Phạn văn có sẵn. Văn bản phản ánh góc nhìn và ý hướng tư tưởng Đại thừa, đặc biệt là lập trường Duy thức mà ngài Paramārtha muốn truyền bá tại Trung Hoa. Nó vừa có tính tiểu sử, vừa có tính hagiography (thánh truyện), nhằm kiến tạo hình ảnh Thế Thân như một Bồ-tát Đại thừa. Vì vậy, đây không phải là một dịch phẩm "từ Phạn sang Hán" như nhiều kinh luận khác, mà là một tác phẩm Hán ngữ do Paramārtha biên soạn, chứa đựng truyền thuyết và diễn giải của ông về Thế Thân.

Đây là một văn bản tiểu sử quan trọng, cung cấp những ghi chép sớm nhất về cuộc đời và sự nghiệp của Thế Thân (Vasubandhu; 世親), một luận sư lớn của Phật giáo Ấn Độ thế kỷ IV–V. Nội dung chính xoay quanh hai giai đoạn: ban đầu, Thế Thân là học giả xuất thân từ Hữu bộ (Sarvāstivāda) và nổi danh với các trước tác A-tì-đạt-ma; về sau, dưới ảnh hưởng của Vô Trước (Asaṅga; 無著), ông chuyển hướng theo Đại thừa Du-già hành tông (Yogācāra). Văn bản mô tả sự chuyển biến này như một bước ngoặt trọng yếu, làm nền tảng cho việc hình thành hệ thống Duy thức học. Bản truyện cũng ghi lại nhiều chi tiết mang màu sắc hagiography (thánh truyện), chẳng hạn như sự sám hối và phát nguyện của Thế Thân sau khi nhận ra sự hạn hẹp của quan điểm Tiểu thừa. Do được truyền qua Chân Đế, một dịch giả nổi tiếng trong việc truyền bá Duy thức sang Trung Hoa, nên *Thế Thân Bồ-tát truyện* có ảnh hưởng sâu rộng đến sự hình thành truyền thống giải thích về Vasubandhu trong Đông Á. Các học giả hiện đại (chẳng hạn Frauwallner, Anacker, Lusthaus) nhấn mạnh rằng văn bản này vừa có giá trị lịch sử, vừa mang tính kiến tạo hình ảnh Thế Thân như một Bồ-tát Đại thừa. Vì thế, khi sử dụng, cần đối chiếu với

trước tiên là người thuộc Hữu bộ (*Sarvāstivādin*; hoặc Kinh

---

các nguồn Ấn [như Câu-xá luận (*Abhidharmakośabhāṣya*), *Nhị thập tụng* (*Viṃśatikā*), *Tam thập* tụng (*Triṃśikā*)] và với các tiểu truyện khác (ví dụ *Câu-xá luận sớ* hay ghi chép của Huyền Trang) để có một bức tranh cân đối giữa sử liệu và huyền thoại.

*Thế Thân Bồ-tát truyện* không chỉ là nguồn tư liệu quan trọng về cuộc đời của Vasubandhu (Thế Thân; 世親), mà còn góp phần định hình hình ảnh của ngài trong truyền thống Đông Á. Văn bản này mô tả Thế Thân khởi đầu là một luận sư thuộc Hữu bộ (Sarvāstivāda) hay Kinh lượng bộ (Sautrāntika), rồi chuyển hướng sang Đại thừa dưới ảnh hưởng của Vô Trước (Asaṅga; 無著). Điểm đặc biệt của Thế Thân *Bồ-tát truyện* là khắc họa sự sám hối của Thế Thân: sau khi trước tác nhiều luận phê phán Đại thừa, ngài đã ăn năn, rút lưỡi hoặc sám hối bằng cách trước tác nhiều bộ luận Đại thừa để bù lại. Hình ảnh này có tính hagiography, nhấn mạnh đến sự chuyển hóa tâm linh của một bậc trí giả, hơn là một ghi chép lịch sử trung tính.

Khi đối chiếu với các nguồn khác, ta nhận thấy nhiều khác biệt. Trong *Biện trung biên luận thích* (*Madhyāntavibhāga-bhāṣya*), Thế Thân xuất hiện như một luận sư Yogācāra trưởng thành, không hề có dấu vết sám hối kịch tính như trong *Bồ-tát truyện*. Các ghi chép của Huyền Trang (玄奘) trong thế kỷ VII cũng nhấn mạnh đến sự nghiệp Duy thức học của Thế Thân, nhưng đặt ông trong dòng truyền thừa hệ thống luận lý–nhận thức, ít thiên về thánh truyện (hagiography). Ngoài ra, một số truyền thuyết Tây Tạng cũng mô tả Thế Thân như một bậc Bồ-tát hiện thân, song nhấn mạnh vào năng lực biện luận và trí tuệ siêu việt, thay vì câu chuyện sám hối.

Do đó, *Thế Thân Bồ-tát truyện* phản ánh quan điểm Đại thừa của Chân Đế, và có thể được xem như một "đọc lại" lịch sử nhằm kiến tạo hình ảnh Thế Thân như một vị Bồ-tát Đại thừa lý tưởng. Đối chiếu nhiều nguồn khác nhau cho thấy rõ sự đa dạng trong cách tái hiện hình tượng Thế Thân: từ một luận sư A-tì-đạt-ma, đến triết gia Duy thức, rồi thành một Bồ-tát Đại thừa.

lượng bộ *Sautrāntika*), về sau trở thành luận sư Đại thừa xiển dương Du-già hành tông (*Yogācāra*). Tuy nhiên, trong bộ luận hiện tại, Đại thừa Du-già không hề được bàn đến, và hoàn toàn không thấy một dấu vết nào của Duy thức (*Yogācāra*). Trái lại, ở đây đã nêu rõ qua cụm từ *Cittam api śūnyam* (tâm cũng là không), quan điểm của tác phẩm này khác với hệ thống Du-già (Duy thức), vốn không chấp nhận rằng tâm là không. Khuynh hướng triết học của bộ luận hiện nay gần gũi với Không luận (*Śūnyavāda*) của các luận sư Trung quán (*Mādhyamika*).

Trong số các học giả hậu kỳ, chúng ta thấy Vācaspatimiśra[28] có viết các chú giải về triết học nhiều tông phái khác nhau. Ông ủng hộ học thuyết được trình bày trong tác phẩm này, đồng thời cũng phê phán những lý thuyết khác. Như vậy, ông đã phê bình hầu như tất cả các học phái triết học. Thái độ này cũng được tìm thấy trong các trước tác của Thế Thân (Vasubandhu). Dù là khi luận về tông phái nào, ngài cũng trình bày

---

[28] Vācaspatimiśra (khoảng thế kỷ IX–X) là một học giả Ấn Độ nổi tiếng, thường được xem là một trong những nhân vật bách khoa trong lịch sử triết học Ấn Độ. Ông không chỉ là một triết gia theo truyền thống Nyāya–Vaiśeṣika và Mīmāṃsā, mà còn để lại những chú giải quan trọng trong Vedānta, Sāṃkhya và Yoga. Các tác phẩm tiêu biểu gồm *Tattvakaumudī* (chú giải *Sāṃkhyakārikā*), *Tattvavaiśāradī* (chú giải *Yogasūtra* của Patañjali), *Bhāmatī* (chú giải *Brahmasūtrabhāṣya* của Śaṅkara, thuộc trường phái Advaita Vedānta), và *Nyāyavārttikatātparyaṭīkā* (chú giải *Nyāyavārttika*). Với lối viết chú giải chi tiết, hệ thống, ông đã đóng vai trò trung gian quan trọng trong việc truyền thừa và phát triển nhiều hệ thống triết học Ấn Độ, nhờ đó hậu thế có thể tiếp cận các tư tưởng cổ điển trong một cấu trúc chặt chẽ và mạch lạc.

đầy đủ. Vì lý do đó, các tác phẩm của ngài rất hữu ích trong việc hiểu biết những hệ thống triết học khác nhau. Và vì vậy, trong tiểu truyện của ngài đã ghi lại lời nhận xét này:

"Bản dịch của Cưu-ma-la-thập (Kumārajīva) nói chung là dịch ý. Do đó, nó không sát gần với nguyên bản bằng bản dịch của Huyền Trang; tuy vậy, bản dịch của Cưu-ma-la-thập lại có những đặc điểm riêng. Ngôn ngữ của Cưu-ma-la-thập kết hợp một vẻ duyên dáng với sự giản dị đến mức ngay cả trong văn xuôi cũng phảng phất hương vị của thi ca. Hơn nữa, ý nghĩa của nguyên bản không bị sai lệch. Chính những đặc điểm này, một mặt, làm cho bản Hán dịch của Cưu-ma-la-thập trở nên mỹ lệ và sinh động, nhưng mặt khác, cũng khiến cho việc khôi phục nguyên bản trở nên khó khăn hơn nhiều.

## C. VỀ BẢN DỊCH VIỆT NGỮ

Cho đến nay chưa thấy có sự dẫn chiếu nào về tác phẩm này trong các bộ kinh điển Đại thừa nổi tiếng bằng tiếng Phạn. Tuy nhiên, sẽ rất thiếu sót khi bỏ qua tác phẩm này như trong quá khứ, bởi lẽ nó trình bày một phác thảo về Đại thừa theo một cách rất giản dị và trực tiếp, và là một trong những nguồn tư liệu quý giá nhất để chúng ta có thể học hỏi và nhận biết giáo nghĩa Đại thừa trong cái nhìn tổng quát.

Chúng tôi sử dụng bản tiếng Hán trong Đại tang kinh, số hiệu T.1659, ấn bản CBETA (https://cbetaonline.dila.edu.tw) và SAT (https://21dzk.l.u-tokyo.ac.jp/SAT/satdb2015.php?lang=en) làm bản đáy để chuyển dịch sang Việt ngữ. Bản nầy do Cưu-ma-la-thập (Kumārajīva; 鳩摩羅什) dịch sang Hán vào thế kỷ V.

Về Phạn ngữ, hiện tại không thấy giới nghiên cứu đề cập đến bản gốc mà Cưu-ma-la-thập đã dịch sang Hán. Chỉ thấy đề cập đến bản Sanskrit phục dựng từ bản Hán mà Cưu-ma-la-thập đã dịch, do Bhadanta Śānti Bhikṣu thực hiện.[29] Chúng tôi dùng bản Sanskrit nầy để chú thích các thuật ngữ Phật học quan trọng, đồng thời tham khảo đối chiếu khi ngữ cảnh, cấu trúc Hán văn khó hiểu.

Phần sau cùng, chúng tôi có soạn Bảng đối chiếu Việt-Phạn-Hán các thuật ngữ đã dùng trong bộ luận nầy.

Dù cố gắng hết mức, cũng không sao tránh khỏi những thiếu sót, bản dịch chắc hẳn chưa được hoàn chỉnh lắm, mong độc giả hoan hỷ chỉ bày và lượng thứ.

---

[29] Tham khảo: (1)Visvabharati Annals 2, 1949; (2) *Encyclopedia Of Indian Philosophy*, Volume VIII, Buddhist Philosophy from 100 to 350 A.D. Biên tập do K. H. Potter.

# CHÁNH VĂN

# PHẨM I: KHUYẾN PHÁT[30]

## KỆ QUY KÍNH

*Kính lễ đấng vô biên*
*Quá, hiện, vị lai Phật*
*Tuệ, hư không bất động*
*Bi, cứu độ thế gian.*[31]

---

[30] T1659_.32.0508c09: 勸發品第一. Theo ấn bản SAT https://21dzk.l.u-tokyo.ac.jp/SAT/satdb2015.php?lang=en

[31] Phạn: namas tya-paryantajñānāvabodhitānāṃ
jinānāṃ saṃbuddhikananāvagatānām |
namas samāśritya yad aprājitānāṃ
janān paritrātum abhī mahākaruṇānām || 1 ||

Nghĩa: Kính lễ chư Phật, những bậc đã chứng đạt trí tuệ vô biên, thấu triệt rừng trí tuệ toàn giác.

Kính lễ chư vị, những bậc đã nương vào sức mạnh bất khả chiến bại, vì đại bi mà cứu độ quần sanh.

Kệ mở đầu mang phong cách *maṅgalaśloka* (tụng khai kinh), tôn kính chư Phật (*Jina*; 勝者) và tán thán trí tuệ (*jñāna*) cùng đại bi (*mahākaruṇā*). Cụm *tya-paryanta-jñāna* nhấn mạnh trí tuệ không biên tế; *saṃbuddhikana* gợi hình ảnh "rừng trí tuệ giác ngộ viên mãn". Cưu-ma-la-thập (Kumarajīva) dịch Hán: 等空不動智: trí tuệ bất động như hư không. Đây cũng là cách mở đầu tương tự trong nhiều bộ luận của Thế Thân (Vasubandhu), dùng để xác lập tính chính danh và truyền thống của luận.

Có pháp tối thượng, đại phương đẳng[32], gọi là *ma-đắc-lặc-ca*

---

32 S: *mahā-vaipulya* 大方等: có nghĩa là "đại quảng, rộng lớn bình đẳng", thường được dùng để đặt trong tựa các kinh Đại thừa nhằm nêu bật đặc tính giáo nghĩa của pháp Đại thừa. "Đại" (mahā) chỉ tính chất rộng lớn, cứu cánh vô thượng; "phương" (vaipulya) chỉ con đường chính phương, cũng hàm nghĩa phương tiện thiện xảo (upāya) dẫn hành giả nhập đạo; "đẳng" biểu thị sự bình đẳng tuyệt đối của các pháp, phá bỏ phân biệt ngã–tha, thượng–hạ, khẳng định tất cả chúng sinh đều có Phật tánh. Trong ngũ thời giáo của Thiên Thai tông, "phương đẳng" được đặt ở thời kỳ thứ hai, là giai đoạn chuyển hướng từ Tiểu thừa sang Đại thừa, nhấn mạnh bình đẳng tính và phổ quát tính của Phật đạo. Trong các bản kinh như *Thắng Man phu nhân kinh* (Śrīmālādevī-siṃhanāda-sūtra, T12, no.353) hay *Phát Bồ-đề tâm kinh luận* (T32, no.1659), cụm từ này được dùng để chỉ các kinh điển Đại thừa mà Bồ-tát phải thọ trì, đọc tụng, thực hành nhằm phát khởi và nuôi dưỡng Bồ-đề tâm. Về phương diện học thuật, "đại phương đẳng" chính là tuyên ngôn của Đại thừa: pháp Đại thừa là viên mãn, rộng lớn, bình đẳng, vô phân biệt, bao gồm trí tuệ Không và hạnh nguyện Bồ-tát, mở ra con đường phổ quát đưa hết thảy chúng sinh đến quả Phật.

*tạng* (*Mātṛkā-piṭaka*)[33] là chỗ hành trì của Bồ-tát Ma-ha-tát.[34]

Nghĩa là khuyến khích siêng tu tập Vô thượng Bồ-đề, có thể khiến cho chúng sanh phát tâm sâu rộng, kiến lập thệ nguyện viên mãn trang nghiêm. Xả bỏ thân mạng và tài sản để nhiếp phục tâm tham, tu tập năm tịnh giới để giáo hóa những ai phạm giới. Hành trì an nhẫn rốt ráo để điều phục chướng ngại của sân, phát khởi tinh tấn dõng mãnh để an lập chúng sanh. Tu tập các thiền định để biết tâm chúng sanh, hành trì trí tuệ để diệt trừ vô minh. Thâm nhập pháp môn như thật để lìa xa chấp trước, tuyên dạy hạnh sâu xa về Không và

---

33 *Mātṛkā:* 摩得勒伽; còn có phiên âm *Ma-đát-lí-ca.* Nghĩa: luận mẫu, luận tạng. *Mātṛkā* gốc từ căn *mātṛ* (母, mẹ) với nghĩa "cái gốc, mẫu thức", trong Phật học được dùng để chỉ các "tổng mục, mẫu đề" – tức những bảng danh mục pháp số căn bản như ngũ uẩn, thập nhị xứ, thập bát giới, tứ niệm xứ, tứ chánh cần... vốn là "mẹ" sinh ra mọi pháp môn tu học. Trong truyền thống A-tì-đạt-ma sơ kỳ, *mātṛkā* chính là hạt giống làm cơ sở để các bộ phái phát triển thành hệ thống luận thư đồ sộ, điển hình là *Phát trí luận* hay *Câu-xá luận.* Các dịch giả Hán tạng như Huyền Trang, Chân Đế thường phiên âm là 摩得勒伽, xem đó là thuật ngữ then chốt để chỉ sự hệ thống hóa giáo pháp. Về mặt học thuật, *mātṛkā* phản ánh tiến trình lịch sử từ truyền thống khẩu truyền – với hình thức liệt kê ngắn gọn dễ ghi nhớ – đến giai đoạn luận tạng phân tích chi tiết, đồng thời khẳng định quan niệm rằng những pháp mục căn bản chính là "mẹ" sinh ra toàn bộ đạo lộ tu học và triết học Phật giáo.

34 Phạn: *asti mahābuddhyam agraṃ sad-dharmārthakāriṇām /bodhisattvaiḥ mahāsattvaiḥ satyam.* Nghĩa Việt: Thật vậy, có một trí tuệ vĩ đại, là tối thắng đối với những ai thực hành đúng theo nghĩa chánh pháp; ấy chính là nơi chư Bồ-tát, những bậc Đại sĩ, nương vào chân thật.

Vô tướng, xưng tán công đức khiến chủng tử Phật [35] không bị đoạn tuyệt.

Có những pháp môn thanh tịnh, vô lượng phương tiện trợ giúp cho Bồ-đề như thế, cần phải vì tất cả những ai có thiện tâm thù thắng mà phân biệt hiển bày, khiến cho tất cả đều chứng đắc A-nậu-đa-la tam-miệu tam-bồ-đề[36].

Này các Phật tử! Nếu có Phật tử thọ trì lời Phật, có thể vì chúng sanh mà tuyên thuyết chánh pháp, trước hết nên xưng tán công đức của Phật. Chúng sanh khi nghe rồi mới có thể phát tâm cầu trí tuệ Phật; do phát tâm ấy mà Phật chủng (*buddhabīja*) không đoạn tuyệt.

Nếu có Tỳ-kheo, Tỳ-kheo-ni, Ưu-bà-tắc, Ưu-bà-di, nghĩ đến Phật, nghĩ đến Pháp, lại nghĩ đến Như Lai [đã từng] hành

---

35 *buddhabīja* (佛種; Phật chủng) ở đây là điểm then chốt: tất cả hữu tình đều hàm chứa hạt giống Phật, khế hợp với tư tưởng Như Lai tạng (*tathāgatagarbha*).

36 S; anuttarā-samyak-saṃbodhi. Nghĩa: Vô thượng Chánh đẳng Chánh giác. Là định thức then chốt trong ngôn ngữ kinh điển Đại thừa, dùng để xác định mục tiêu tối thượng của đạo Phật: giác ngộ viên mãn, chân chánh, vô thượng. Đây không chỉ là một danh hiệu tôn xưng, mà còn là khái niệm bản thể luận và cứu cánh luận: tất cả pháp môn, mọi công hạnh Bồ-tát đều quy về thành tựu trí giác này. Đây là mục tiêu tối hậu của Bồ-tát đạo: thành tựu trí tuệ viên mãn, giác ngộ không gì cao hơn. Khác với giác ngộ của Thanh văn hay Duyên giác, "vô thượng chánh đẳng chánh giác" là toàn diện, viên mãn, bao trùm cả tự giác và giác tha, tức là vừa chứng chân như, vừa độ tận hữu tình. Trong nhiều kinh Đại thừa (Kim Cang, Hoa Nghiêm, Pháp Hoa, Lăng-già...), thành tựu *anuttarā-samyak-saṃbodhi* luôn được đồng nhất với Phật quả.

Bồ-tát đạo, vì cầu pháp mà trong a-tăng-kỳ kiếp chịu đựng mọi sự cần khổ.

Với tâm niệm như thế, nếu có người vì Bồ-tát mà thuyết pháp, dù chỉ một bài kệ, thì Bồ-tát khi được nghe pháp ấy, liền được khai thị, chỉ dạy, lợi ích, hoan hỷ. Do đó, Bồ-tát sẽ gieo trồng thiện căn, tu tập Phật pháp, chứng đắc Vô thượng Chánh đẳng Chánh giác.

Vì muốn đoạn trừ tất cả khổ não sinh tử vô thủy của vô lượng chúng sanh, nên Bồ-tát Ma-ha-tát khởi tâm nguyện thành tựu vô lượng thân tâm[37], siêng năng tinh tấn, phát khởi đại nguyện sâu xa, hành đại phương tiện, khởi đại từ bi, cầu trí tuệ lớn với vô kiến đảnh tướng[38], và cầu tất cả các pháp vi diệu của chư Phật như thế.

---

37 S: *apramāṇa-śarīra-citta;* 無量身心; nghĩa: "thân và tâm vô lượng", Bồ-tát thể hiện vô lượng thân (hóa thân, ứng thân) và an lập vô lượng tâm (tâm đại bi, tâm trí tuệ). Đây là cách diễn đạt cô đọng cho lý tưởng **Bồ-đề tâm viên mãn**: không chỉ nguyện cứu độ vô lượng chúng sinh, mà chính thân–tâm của Bồ-tát cũng trở thành vô lượng, hòa nhập pháp giới.

38 S: *mahāprajñā uṣṇīṣa*; 大智慧無見頂相. Trong văn mạch Đại thừa, cụm từ "đại trí tuệ vô kiến đảnh tướng" biểu thị mối quan hệ nhân–quả và thể–dụng tương ứng giữa trí tuệ và tướng hảo. "Đại trí tuệ" (*mahāprajñā*) chỉ Bát-nhã ba-la-mật-đa, là trí quán tánh Không, vốn được xem là nhân tối thượng đưa đến quả vị Phật, và chính là bản trí siêu việt vượt ngoài tri kiến hữu hạn. Khi trí tuệ này viên mãn, nó hiển lộ thành "vô kiến đảnh tướng" (*uṣṇīṣa;* 瑟膩沙 *sắc-ni-sa*), một trong ba mươi hai tướng đại nhân, tức nhục kế nơi đảnh Phật mà không ai có thể thấy được chỗ tận cùng. Tướng này tượng trưng cho sự vô thượng, bất khả tư nghì, không ai có thể vượt qua trí và quả Phật. Do đó, "đại trí tuệ" là thể, còn "vô kiến đảnh tướng" là dụng; đại trí tuệ là nhân, vô kiến đảnh tướng là quả. Các kinh

Nên biết, pháp này là vô lượng, vô biên; do pháp là vô lượng, nên phước đức và quả báo cũng vô lượng.

Như Lai dạy rằng: Như các vị Bồ-tát khi mới phát tâm, dù chỉ trong một niệm nhỏ bé[39], công đức và quả báo phước đức của niệm ấy, cho dù trải qua trăm nghìn vạn kiếp cũng không thể nói hết được; huống chi là trong một ngày, một tháng, một năm, cho đến trăm năm, mà tu tập các tâm hạnh ấy thì phước đức và quả báo há có thể nói hết sao? Vì sao vậy? Vì hạnh của Bồ-tát là vô tận, do nguyện an lập cho tất cả chúng sanh đều trụ trong vô sinh pháp nhẫn[40] và chứng đắc Vô thượng Chánh đẳng Chánh giác.

---

luận Đại thừa như *Bát-nhã ba-la-mật-đa kinh* nêu trí tuệ là "mẹ của chư Phật", từ đó mới hiện đủ 32 tướng; trong khi *Phổ diệu kinh* (*Lalitavistara*) và *A-tì-đạt-ma Câu-xá luận* (*Abhidharmakośabhāṣy*) đều xem *uṣṇīṣa* là tướng tối thắng, đồng nhất với Vô thượng Phật trí. Như vậy, cụm từ này không nói đến hai yếu tố tách rời, mà là một chỉnh thể: trí tuệ viên mãn tất yếu hiển lộ ra thành tướng siêu việt, xác chứng quả vị Vô thượng Chánh đẳng Chánh giác.

39 S: eka smrti; 一念: Trong văn cảnh Đại thừa, "một niệm phát tâm" được xem là khởi đầu của *bodhicitta*, có giá trị công đức vô lượng, vì hướng trực tiếp đến Nhất thiết trí. Hán "nhất niệm hạ liệt" (下劣一念) không phải nghĩa khinh suất, mà là chỉ sự sơ phát tâm nhỏ nhiệm, chưa thuần thục, nhưng công đức vẫn không thể nghĩ bàn.

40 S: *anutpattika-dharmakṣānti*; 無生法忍; một phạm trù trọng yếu trong tư tưởng Đại thừa, xuất hiện rộng rãi trong các kinh điển như Bát-nhã ba-la-mật-đa kinh (*Prajñāpāramitā-sūtra*), Thắng Man sư tử hống kinh (*Śrīmālādevī-siṃhanāda-sūtra*), và đặc biệt được nhấn mạnh trong hệ thống Hoa nghiêm kinh (*Avataṃsaka-sūtra*). Ý nghĩa căn bản của "nhẫn" (*kṣānti*) là khả năng kiên cố, kham nhẫn, an trú bất động trước chân lý thậm thâm. "Pháp vô sinh" (*anutpattika-dharma*) là tuệ giác thấy rõ các

Này các Phật tử! Bồ-tát khi mới phát tâm Bồ-đề, ví như biển cả khi mới bắt đầu dâng lên, nên biết rằng đó chính là chỗ nương tựa của các bảo châu như ý[41], từ hạ phẩm, trung phẩm, thượng phẩm cho đến vô giá bảo châu, tất cả đều do biển cả sinh ra[42]. Cũng vậy, sự phát tâm của Bồ-tát cũng như thế: khi mới bắt đầu khởi tâm, nên biết đó chính là chỗ sinh khởi của tất cả thiện pháp của loài người, chư thiên, Thanh văn, Duyên giác, chư Phật và Bồ-tát, bao gồm thiền định và trí tuệ.

---

pháp vốn không sinh, không diệt, vượt ngoài mọi đối đãi hữu–vô. Do vậy, vô sinh pháp nhẫn (*anutpattika-dharmakṣānti*) là cảnh giới an trú trong trí tu tánh Không, không còn dao động bởi sinh diệt, cũng không còn chấp thủ ngã–pháp. Các kinh điển Đại thừa xem đây là thành tựu trọng yếu của Bồ-tát: khi chứng nhập vô sinh pháp nhẫn, vị ấy đạt sự bất thoái chuyển trên đạo lộ, đồng thời có khả năng tùy nguyện cứu độ chúng sanh mà không bị chướng ngại. Nói cách khác, vô sinh pháp nhẫn vừa là trí tuệ chứng nhập thực tướng các pháp, vừa là tâm lực kiên cố trước chân như, là chuẩn bị trực tiếp cho quả vị Vô thượng Chánh đẳng Chánh giác (*anuttarā-samyak-saṃbodhi*).

41 S: mahāsamudre yadā 'bhyudeti ratnaṃ, so 'yaṃ mahāsamudraḥ samudgṛhṇāti. Việt dịch: Trong đại hải, khi một viên bảo châu hiện khởi, thì chính đại hải ấy nâng giữ lấy bảo châu ấy." Ẩn dụ này minh họa nguyên lý: từ tâm Bồ-đề (như biển cả), tất cả công đức và trí tuệ (như châu báu) đều được sinh khởi và được dung nhiếp. Dù là công đức nhỏ nhiệm, khi sinh khởi cũng được tâm Bồ-đề nâng đỡ, giữ gìn và làm cho tăng trưởng. Trong kinh Hoa nghiêm (*Avataṃsaka-sūtra*), tâm Bồ-đề được gọi là "như đại hải, sinh ra các châu báu công đức" (如大海出生諸寶). Trong kinh Thắng man (*Śrīmālādevīsiṃhanādasūtra*), Như Lai tạng được ví như tạng chứa tất cả công đức Phật pháp; nơi đây, Bồ-đề tâm (*bodhicitta*) cũng được trình bày với công năng tương tự.

42 ẩn dụ "vô giá bảo châu, tất cả đều do biển cả sinh ra" làm nổi bật tính duyên khởi: Bồ-đề tâm là "đại dương", công đức và trí tuệ là "ngọc báu" được nâng đỡ và hiển hiện.

Lại nữa, cũng như khi ba ngàn đại thiên thế giới mới bắt đầu hình thành, nên biết rằng đó chính là chỗ nương tựa gánh vác cho tất cả chúng sanh trong hai mươi lăm cõi hữu[43], tất cả đều an lập nơi ấy.

---

[43] S: *pañcaviṃśati bhava;* 二十五有" (hai mươi lăm cõi hữu) là một phạm trù vũ trụ học quan trọng trong A-tì-đạt-ma của Hữu bộ (*Sarvāstivāda Abhidharma*), phân loại toàn bộ cõi tồn tại trong luân hồi (*saṃsāra*) thành hai mươi lăm cảnh giới sinh tồn (hữu). Sự phân chia này dựa trên ba cõi (*tridhātu*; 三界): Dục giới (*kāmadhātu*), Sắc giới (*rūpadhātu*), và Vô sắc giới (*ārūpyadhātu*). Trong Dục giới có 4 ác thú (địa ngục, ngạ quỷ, súc sinh, a-tu-la), loài người, và 6 cõi trời, tổng cộng mười một. Sắc giới được chia thành 18 tầng trời theo tứ thiền (*dhyāna*), nhưng do tính chất hợp loại nên thường quy nạp thành 17. Cấu trúc 18 tầng trời của Sắc giới theo Tứ thiền (*dhyāna*) : (1) *Sơ thiền* (*prathama-dhyāna*; 初禪天), 3 tầng:

Phạm chúng thiên (brahmapāriṣadya)

Phạm phụ thiên (brahmapurohita)

Đại Phạm thiên (mahābrahmā)

(2) *Nhị thiền* (*dvitīya-dhyāna;* 第二禪天*), 3 tầng:*
4. Thiểu Quang thiên (parīttābha)
5. Vô Lượng Quang thiên (apramāṇābha)
6. Quang Âm thiên (ābhāsvara)

(3) *Tam thiền* (*tṛtīya-dhyāna;* 第三禪天*), 3 tầng:*
7. Thiểu Tịnh thiên (parīttaśubha)
8. Vô Lượng Tịnh thiên (apramāṇaśubha)
9. Biến Tịnh thiên (śubhakṛtsna)

(4) *Tứ thiền* (*caturtha-dhyāna;* 第四禪天) *– 9 tầng:*
10. Vô Vân thiên (anabhraka)
11. Phúc Sinh thiên (puṇyaprasava)
12. *Quảng Quả thiên* (*bṛhatphala*)
*13. Vô Tưởng thiên* (*asaññasattva*)

Bồ-tát phát tâm Bồ-đề cũng lại như thế: khi mới khởi tâm, liền trở thành chỗ nương tựa gánh vác cho tất cả chúng sanh

---

14. Vô Phiền thiên (avṛha)
15. Vô Nhiệt thiên (ātapa)
16. Thiện Kiến thiên (sudarśana)
17. Thiện Hiện thiên (sudṛśa)
18. Sắc Cứu Cánh thiên (akanisṭha)

Trong truyền thống A-tì-đạt-ma Hữu bộ (Sarvāstivāda) và các bản liệt kê kinh điển, số tầng trời Sắc giới có sự chênh lệch nhỏ: Nếu kể riêng Vô tưởng thiên (asaññasattva) thì có 18 tầng. Nếu không tách riêng Vô tưởng thiên, mà xem đó chỉ là một loại đặc thù của Quảng quả thiên (bṛhatphala), thì tổng số còn 17 tầng. Nguyên do là: Vô tưởng thiên không phải cõi trời phổ quát, mà chỉ dành cho những chúng sanh tu "diệt tưởng định" đặc biệt, chưa phải hàng phổ thông. Do đó, nhiều hệ thống giáo lý gom Vô tưởng thiên chung vào Quảng quả thiên để đơn giản hóa, nên thường nói 17 tầng trời Sắc giới. Do vậy, khi nói "25 hữu", truyền thống thường theo cách quy nạp 17 tầng trời Sắc giới + 4 Vô sắc giới + 4 đường ác + loài người + 6 trời cõi Dục = 25. Tuy nhiên, *A-tì-đạt-ma Đại Tỳ-bà-sa luận* (*Mahāvibhāṣā-śāstra*; 大毘婆沙論) khi triển khai chi tiết, vẫn thấy liệt kê đủ 18 tầng.

Vô sắc giới có bốn tầng định: Không vô biên xứ, Thức vô biên xứ, Vô sở hữu xứ, Phi tưởng phi phi tưởng xứ. Cộng chung lại thành hai mươi lăm hữu. Theo đó, "hai mươi lăm hữu" biểu thị toàn thể cảnh giới sanh tử mà chúng sanh lưu chuyển, cũng là phạm vi giáo hóa của Bồ-tát. Khi văn bản *Bodhicittotpāda-śāstra* ví tâm Bồ-đề sơ phát như ba ngàn đại thiên thế giới nâng đỡ tất cả chúng sanh trong hai mươi lăm hữu, thì ý muốn nhấn mạnh rằng tâm ấy chính là nền tảng bao dung toàn thể sinh mệnh hữu tình trong luân hồi, từ thấp đến cao, không bỏ sót một cảnh giới nào.

vô lượng trong sáu đường[44] và bốn loại sinh[45]; cho những kẻ chánh kiến hay tà kiến, tu tập điều thiện hay huân tập điều ác; cho những người hộ trì tịnh giới hoặc phạm bốn trọng cấm[46]; cho những ai tôn kính Tam bảo hoặc hủy báng chánh

---

44 S: *ṣaḍgati*; 六趣; lục thú, gồm: địa ngục, ngạ quỷ, súc sinh, a-tu-la, nhân, thiên. rong lịch sử Phật học, hệ thống **lục thú (ṣaḍgati)** không phải ngay từ đầu đã hoàn chỉnh với sáu đường như truyền thống Đại thừa, mà khởi nguyên chỉ có **ngũ thú (pañcagati).** Trong **Nikāya** và **A-hàm sơ kỳ**, năm đường được nêu rõ là: địa ngục (naraka), ngạ quỷ (preta), súc sinh (tiryagyoni), người (manuṣya) và trời (deva), chưa có A-tu-la (asura) (*Tăng nhất A-hàm* ; T2,.125) nêu rõ 5 đường. Về sau, cùng với sự phát triển của A-tì-đạt-ma và Đại thừa, A-tu-la, vốn được xem là một loại "thiên chúng đọa lạc" hoặc được gộp chung trong ngạ quỷ, được tách thành một cõi độc lập, trở thành thú thứ sáu. Ý nghĩa của sự bổ sung này mang tính **giáo dục biểu tượng:** A-tu-la đại diện cho tâm sân hận, ganh tỵ, tranh đấu, một loại nghiệp quả riêng biệt cần được nhận diện và siêu vượt. Như vậy, sự chuyển từ *ngũ thú* sang *lục thú* phản ánh tiến trình lịch sử: từ một mô hình nghiệp báo khái quát thời nguyên thủy sang vũ trụ luận chi tiết hơn của tư tưởng Đại thừa, đồng thời cho thấy khả năng thích ứng và tái cấu trúc giáo nghĩa nhằm phục vụ mục tiêu khuyến hóa và giáo dục đạo đức.

45 S: *caturyoni*; 四生; tứ sinh: noãn sinh (卵生), thai sinh (胎生), thấp sinh (濕生), hóa sinh (化生).

46 S: *catur pārājika;* 四重禁; tứ trọng cấm, là bốn giới căn bản của Tỳ-kheo trong Luật tạng, gồm: (1) dâm (*abrahmacarya*), (2) trộm cắp (*adattādāna*), (3) sát sinh (*prāṇātipāta*), và (4) vọng ngữ (*mahāmūṣāvāda*), đặc biệt là nói dối chứng thánh quả. Phạm một trong bốn giới này thì phạm tội Ba-la-di (*pārājika*), bị xem là mất giới thể tỳ-kheo, không còn được cộng trụ trong Tăng đoàn. Trong văn mạch của *Phát Bồ-đề tâm kinh luận* (*Bodhicittotpāda-sūtra-śāstra*), điều đáng chú ý là tác giả đặt "hộ trì tịnh giới" song song với "phạm bốn trọng cấm", và cả hai đều được nêu là đối tượng được Bồ-tát dung nhiếp trong Bồ-đề sơ phát tâm. Ý nghĩa ở đây nhằm nhấn mạnh tính *vô phân biệt và bao dung phổ quát của tâm đại bi:*

pháp; cho hàng ma oán, ngoại đạo, sa-môn, bà-la-môn; cho các giai cấp xã hội[47] như sát-đế-lợi, bà-la-môn, phệ-xá, thủ-đà-la. Hết thảy đều được Bồ-tát gánh vác và làm nơi y chỉ [cho chúng sinh]."

---

Bồ-tát khi phát tâm không chỉ vì những ai thanh tịnh trì giới mà còn vì cả những kẻ lầm lạc, phạm trọng giới, thậm chí rơi vào cực ác. Như thế, tâm Bồ-đề không đặt nền tảng trên sự phân biệt thiện–ác, tịnh–uế, mà trên nguyện lực cứu độ tất cả. Cách diễn đạt này phản ánh quan điểm căn bản của Đại thừa: công đức và đại nguyện của tâm Bồ-đề không bị giới hạn bởi phẩm chất hiện tại của chúng sanh, mà chính là bao trùm hết thảy, để từ đó dẫn dắt tất cả đến Vô sinh pháp nhẫn (*anutpattika-dharmakṣānti*) và Vô thượng Chánh đẳng Chánh giác (*anuttarā-samyak-saṃbodhi*).

47 Trong xã hội Ấn Độ cổ đại, hệ thống bốn giai cấp (*cāturvarṇa*) là một trật tự xã hội tôn giáo trọng yếu, gồm: (1) Bà-la-môn (*brāhmaṇa*; 婆羅門): tầng lớp tu sĩ, tư tế, chuyên trách tế tự và giáo dục Veda, nắm giữ uy quyền tôn giáo và tri thức; (2); Sát-đế-lợi (*kṣatriya*; 刹利): tầng lớp vua chúa, chiến sĩ, nắm giữ quyền lực chính trị và quân sự; (3) Phệ-xá (*vaiśya*; 吠舍) : tầng lớp thương nhân, chủ đất, nông dân giàu có, giữ vai trò kinh tế và thương mại; (4) Thủ-đà-la (*śūdra*; 首陀羅: tầng lớp lao động hạ tiện, phục dịch cho ba giai cấp trên. Trong văn mạch *Phát Bồ-đề tâm kinh luận* (*Bodhicittotpāda-sūtra-śāstra*), việc liệt kê đủ bốn giai cấp có ý nghĩa giáo lý: khi Bồ-tát sơ phát tâm, nguyện lực ấy dung nhiếp không phân biệt địa vị xã hội, đẳng cấp, quyền lực hay sự thấp kém. Đây là điểm nổi bật của Đại thừa, vượt lên trên khung phân tầng xã hội thời Phệ-đà (Veda), khẳng định rằng tất cả đều bình đẳng trong phạm vi cứu độ của Bồ-tát đạo. Sự xuất hiện của bốn giai cấp trong văn bản vừa phản ánh bối cảnh xã hội Ấn Độ, vừa làm sáng tỏ tư tưởng phổ quát của tâm Bồ-đề: mọi hữu tình, bất luận sang hèn, đều là đối tượng cứu độ và an lập vào vô sinh pháp nhẫn (*anutpattika-dharmakṣānti*) và quả vị Vô thượng Chánh đẳng Chánh giác (*anuttarā-samyak-saṃbodhi*).

Lại nữa, Bồ-tát khi phát tâm thì lấy đại từ bi làm đầu. Tâm từ của Bồ-tát vốn vô biên, vô lượng[48], cho nên tâm phát khởi ấy cũng không có hạn lượng[49], bình đẳng như cảnh giới chúng sinh. Ví như hư không bao trùm khắp, không nơi nào chẳng che phủ, thì tâm [bồ-đề] phát sinh của Bồ-tát cũng như thế, không một chúng sinh nào chẳng được nhiếp thọ, che chở. Như cảnh giới chúng sinh vốn vô lượng, vô biên, không thể cùng tận, thì tâm [bồ-đề] phát sinh của Bồ-tát cũng lại như thế: vô lượng, vô biên, không cùng tận.[50]

---

48 S: *apramāṇa-maitrī-karuṇā;* 菩薩之慈無邊無量; Bồ-tát chi từ vô biên vô lượng, được xem là cội nguồn khởi động tâm Bồ-đề. Khi Bồ-tát khởi tâm, không phải vì tự cầu giải thoát cá nhân, mà vì "lợi ích vô biên chúng sinh.

49 S: *anantacitta* 心無有齊限; tâm vô hữu tế hạn: là hệ quả tất yếu: bởi vì số lượng chúng sinh là vô tận (*ananta-sattva*), nên tâm nguyện Bồ-tát cứu độ chúng sinh cũng không hạn định.

50 *Trong Đại thừa trang nghiêm kinh luận* (*Mahāyānasūtrālaṃkāra*), Vô Trước (Asaṅga; 無著) định nghĩa tâm Bồ-đề (*bodhicitta*) là "tâm đồng hành với đại bi" (*mahākaruṇā-samanvāgata-citta*), nhấn mạnh phương diện thực hành: Bồ-tát khởi tâm vì lợi ích tất cả hữu tình (*sarvasattvārtha*), nên tâm ấy tất yếu phải vô hạn, đồng hành cùng vô tận chúng sinh. Trong khi đó, *Thắng Man sư tử hống kinh* (*Śrīmālādevī-siṃhanāda-sūtra*) lại triển khai trên bình diện bản thể luận: Như Lai tạng (*tathāgatagarbha*) được mô tả là "đại bi tạng" (*mahākaruṇā-garbha*), nghĩa là ngay trong bản tính giác ngộ vốn hàm chứa vô lượng từ bi (*apramāṇa-karuṇā*); do vậy, khi Bồ-tát phát tâm Bồ-đề, tâm ấy tự nhiên vô hạn (*anantacitta*), vì khởi từ nền tảng Như Lai tạng vốn vô biên. Như thế, cả hai văn bản đều gặp nhau ở điểm: từ bi vô lượng là căn nhân, còn tâm Bồ-đề vô hạn là quả tất yếu, song *Đại thừa trang nghiêm kinh luận* nhấn mạnh yếu tố phương tiện hành đạo, còn *Thắng Man sư tử hống kinh* nhấn mạnh tính chất bản thể Như lai tạng. Sự kết hợp của hai truyền thống cho thấy tư tưởng Đại thừa vừa có nền tảng thực tiễn tu tập, vừa có nền tảng bản thể luận,

Vì hư không là vô tận nên chúng sinh cũng vô tận; vì chúng sinh vô tận nên Bồ-tát phát tâm bình đẳng với cảnh giới chúng sinh. Mà cảnh giới chúng sinh vốn không hạn lượng. Nay con xin thuận theo thánh chỉ mà trình bày đôi phần. Phương Đông trải khắp vô số cõi Phật nhiều như số cát sông Hằng, cho đến con số vô lượng a-tăng-kỳ. Cũng vậy, ở phương Nam, Tây, Bắc, bốn hướng cùng khắp, cùng với trên, dưới, mỗi phương đều có vô số cõi Phật nhiều như số cát sông Hằng, cho đến tận cùng hạt bụi nhỏ nhiệm. Những vi trần[51] ấy đều không thể đối diện, đối chiếu bằng nhục nhãn.

---

đồng thời khẳng định: tâm Bồ-đề là sự dung hội của đại bi vô lượng và trí tuệ vô biên.

51 S: *paramāṇu; 微塵*; vi trần; chỉ mức độ cực vi của vật chất, nhỏ đến mức không thể thấy bằng nhục nhãn. Đây là khái niệm đã có trong văn hệ A-tì-đạt-ma, nơi *Câu-xá luận* (*Abhidharmakośabhāṣya*) của Thế Thân (Vasubandhu; 世親) giải thích *paramāṇu* là đơn vị cực vi của sắc pháp (*rūpa*), không thể chia chẻ thêm nữa (*avibhāga*), và nhục nhãn (*cakṣurindriya*) không có năng lực trực tiếp thấy được, mà chỉ có thể nhận thức qua sự hợp thành thành các sắc thể thô hơn. Trong khi đó, Kinh Hoa nghiêm (*Avataṃsaka-sūtra*) triển khai "vi trần" trên bình diện pháp giới vũ trụ quan: mỗi vi trần đều hàm chứa vô số thế giới, "nhất vi trần trung hữu tam thiên đại thiên thế giới" (một vi trần chứa cả ba ngàn đại thiên thế giới), nhằm nhấn mạnh tính tương dung, tương nhiếp (*dharmadhātu-pratītyasamutpāda*). Như vậy, trong văn bản *Bodhicittotpāda-sūtra-śāstra*, khi nói "các vi trần đều không thể đối chiếu bằng nhục nhãn", ý là khẳng định: cảnh giới tâm Bồ-đề dung nhiếp vô lượng thế giới, vi tế đến mức vượt ngoài khả năng tri giác thô thiển của phàm phu. Sự đối chiếu này cho thấy sự chuyển hướng của Phật học từ nhãn quan phân tích hiện tượng học của A-tì-đạt-ma (*paramāṇu* là cực vi, bất khả phân) sang nhãn quan toàn thể–pháp giới của Đại thừa (*paramāṇu* là vi điểm dung nhiếp toàn thể vũ trụ).

Giả sử có một số lượng thế giới nhiều bằng số cát của trăm vạn ức sông Hằng, mà mỗi một hạt cát lại tượng trưng cho một ba ngàn đại thiên thế giới trải qua vô số a-tăng-kỳ kiếp, thì tất cả chúng sinh trong các thế giới ấy đồng thời cùng nhau gom thành một vi trần. Rồi trong số lượng gấp đôi, tức hai trăm vạn ức số cát sông Hằng, mỗi hạt cát lại tương ứng với một a-tăng-kỳ ba ngàn đại thiên thế giới, tất cả chúng sinh lại gom thành hai vi trần. Cứ thế tuần tự, cho đến khi gom hết vi trần đất trong mười phương cõi Phật nhiều như số cát sông Hằng, cảnh giới chúng sinh vẫn không thể cùng tận.

Lại nữa, ví như có người chẻ một sợi lông ra làm trăm phần, lấy một phần nhỏ ấy rót vào đại dương; thì số lượng chúng sinh nay tôi trình bày cũng chỉ như giọt nước ấy, còn số chưa nói ra thì như nước trong đại dương. Giả sử chư Phật trải qua vô lượng, vô biên, vô số a-tăng-kỳ kiếp, rộng nói bằng vô số thí dụ thì cũng không thể nói hết.

Bồ-tát phát tâm liền có khả năng che chở, bao trùm hết thảy chúng sinh như thế. Vì sao vậy, này các Phật tử? Há có thể nói rằng tâm Bồ-đề này có thể cùng tận sao? Nếu có vị Bồ-tát nghe lời dạy như thế, mà không kinh sợ, không hãi hùng, không thoái thất, không chìm mất[52], thì nên biết người ấy quyết định có khả năng phát khởi tâm Bồ-đề.

---

52 S: na trāsa, na bhaya, na nivṛtti, na vināśa: 不驚不怖不退不沒: bốn tiêu chuẩn định tính của tâm Bồ-đề kiên cố trong Đại thừa: (1) *na trāsa* (不驚; bất kinh): không bị chấn động hoảng loạn trước chân lý thậm thâm, đặc biệt khi đối diện giáo nghĩa Không; (2) *na bhaya* (不怖; bất uý) là không còn sợ hãi trước sinh tử, ác nghiệp, ma sự và khổ não của tha nhân, vì đã lấy đại bi làm sở y; (3) *na nivṛtti* (不退; bất thối): không thối chuyển

Giả sử vô lượng chư Phật trong vô lượng a-tăng-kỳ kiếp cùng nhau tán thán công đức ấy, cũng không thể nói hết được. Vì sao vậy? Bởi vì tâm Bồ-đề vốn không hạn lượng, cùng tận, nên mới có vô lượng lợi ích như vậy. Do nhân duyên ấy mà được tuyên thuyết, khiến cho tất cả chúng sinh đều có thể thọ trì, thực hành, và phát khởi tâm Bồ-đề."

---

khỏi nguyện và hạnh Bồ-tát, tức không thối chuyển Bồ-đề tâm và lộ trình ba-la-mật; (4) *na vināśa* (不沒; bất một): không chìm, không mất, không rơi vào đoạn diệt, thối thất công đức, tâm không bị tán loạn đến mức tiêu hủy căn lành đã gieo.

# PHẨM II: PHÁT TÂM (Bodhicittotpādaḥ)[53]

Bồ-tát làm thế nào để phát khởi tâm Bồ-đề? Do nhân duyên gì mà tu tập tâm Bồ-đề?

Nếu Bồ-tát

(1) thân cận thiện tri thức,

(2) cúng dường chư Phật,

(3) tu tập các căn lành,

(4) chí cầu thắng pháp,

(5) tâm thường nhu hòa,

(6) gặp khổ có thể nhẫn,

(7) tâm từ bi sâu dày,

(8) tâm bình đẳng thâm hậu,

(9) tin sâu Đại thừa,

(10) cầu trí tuệ của chư Phật.

Vị nào có đầy đủ mười pháp như thế, ắt sẽ phát tâm Vô thượng Chánh đẳng Chánh giác.

---

53 T1659_.32.0509b19: 發菩提心經論發心品第二

Lại nữa, có bốn duyên phát tâm tu tập vô thượng Bồ-đề. Thế nào là bốn duyên?

(1) Một là do quán tưởng chư Phật mà phát tâm Bồ-đề.

(2) Hai là do quán sát lỗi lầm nơi thân mà phát tâm Bồ-đề.

(3) Ba là do khởi tâm từ bi thương xót chúng sinh mà phát tâm Bồ-đề.

(4) Bốn là do cầu quả vị tối thắng mà phát tâm Bồ-đề.

Trong bốn duyên ấy, duyên thứ nhất (1) **Quán tưởng chư Phật**. Có năm điều:

- Một là quán tưởng mười phương chư Phật trong ba đời: quá khứ, hiện tại, vị lai, khi sơ phát tâm cũng đồng mang bản tính phiền não như chính thân ta hiện nay, nhưng rốt ráo đều thành Chánh giác, bậc Vô thượng tôn. Do nhân duyên này mà phát tâm Bồ-đề.

- Hai là quán tưởng rằng tất cả chư Phật trong ba đời khi phát đại dũng mãnh đều lần lượt chứng đắc Vô thượng Bồ-đề; nếu quả vị Bồ-đề ấy là pháp có thể chứng đắc, thì ta ắt cũng có thể chứng đắc. Do nhân duyên ấy mà phát tâm Bồ-đề.

- Ba là quán tưởng rằng tất cả chư Phật trong ba đời khi phát đại minh tuệ, ngay trong chỗ u tối của vô minh mà kiến lập thắng tâm, tích tụ khổ hạnh, đều có thể tự giải thoát khỏi ba cõi. Ta cũng như vậy, ắt phải tự độ và tự cứu giúp. Do nhân duyên ấy mà phát tâm Bồ-đề.

- Bốn là quán tưởng rằng tất cả chư Phật trong ba đời đều là bậc dõng mãnh giữa loài người, đã vượt qua biển lớn sinh tử và phiền não. Ta cũng là bậc trượng phu, ắt cũng có thể vượt qua. Do nhân duyên ấy mà phát tâm Bồ-đề.

- Thứ năm, quán tưởng rằng tất cả chư Phật trong ba đời khi phát đại tinh tấn đều xả bỏ thân mạng tài sản để cầu Nhất thiết trí[54]. Nay ta cũng phải theo đó mà học hạnh chư Phật. Do nhân duyên ấy mà phát tâm Bồ-đề.

---

54 一切智; *sarvajñāna*: trong Phật học có nghĩa là trí tuệ biết tất cả pháp, nhưng cần phân biệt trong các hệ thống giáo lý khác nhau. Trong A-tì-đạt-ma và kinh điển sơ kỳ, nhất thiết trí thường đồng nghĩa với trí tuệ chứng ngộ Tứ đế, Niết-bàn, tức trí của hàng Thanh văn, Duyên giác. Sang Đại thừa, khái niệm này được đặt trong tiến trình ba loại trí: (1) Nhất thiết trí (*sarvajñāna*) biết các pháp tổng tướng; (2) Đạo chủng trí (*mārgajñāna*) biết vô lượng phương tiện đưa chúng sinh vào đạo, là trí của Bồ-tát; và (3) Nhất thiết chủng trí (*sarvākārajñatā*) biết tất cả pháp và tất cả tướng trạng một cách viên mãn, là trí tối thượng của Phật. Như vậy, Nhất thiết trí trong Đại thừa chưa phải là cứu cánh viên mãn, mà chỉ là cấp độ sơ khởi trên tiến trình Phật trí, nhấn mạnh trí giác ngộ chân chính không chỉ ở nhận thức tánh Không của các pháp, mà còn bao hàm năng lực phương tiện và đại bi để cứu độhết thảy chúng sinh.

Ở đây, Nhất thiết trí (一切智; *sarvajñāna*) không dùng theo nghĩa phân biệt rốt ráo giữa trí Thanh văn và Phật trí, mà mang ý nghĩa *mục tiêu ban đầu* cho hành giả sơ phát tâm. Trong hệ thống ba loại trí, Nhất thiết trí vốn được hiểu là trí quán Tứ đế, thuộc tổng tướng các pháp, nhưng khi đặt trong bối cảnh phát Bồ-đề tâm, nó được xem là cánh cửa sơ khởi mà chư Phật ba đời đều đã trải qua, nhờ đó khởi phát chí nguyện xả thân cầu đạo. Nhấn mạnh "cầu Nhất thiết trí" chính là phương tiện khích lệ, khiến người phát tâm hướng về lý tưởng vô thượng, noi theo gương Phật mà lập nguyện, rồi từ đó tiến dần đến Đạo chủng trí và viên mãn ở Nhất thiết chủng trí. Như vậy, cách dùng "Nhất thiết trí" trong văn cảnh này

Duyên thứ hai (2) **Quán sát lỗi lầm nơi thân mà phát tâm Bồ-đề**. Có năm điều:

(1) Tự quán thân năm uẩn, bốn đại, đều có thể khởi tạo vô lượng ác nghiệp, cho nên muốn lìa bỏ.

(2) Tự quán thân chín lỗ[55] thường tuôn chảy uế trược hôi hám, bất tịnh, cho nên sinh tâm nhàm chán lìa xa.

(3) Tự quán thân có tham, sân, si và vô lượng phiền não, đốt cháy tâm lành, cho nên muốn đoạn diệt.

(4) Tự quán thân như bọt nổi, niệm niệm sinh diệt, là pháp đáng xả bỏ, cho nên muốn buông bỏ.

(5) Tự quán thân bị vô minh che phủ, thường tạo ác nghiệp, luân hồi trong sáu đường mà không có lợi ích, cho nên muốn lìa thoát.

---

mang tính biểu tượng giáo dục và khơi phát đại nguyện hơn là định nghĩa triết học vi tế, nhằm nhấn mạnh tính chất phổ quát của Bồ-đề tâm: mọi hành giả Bồ-tát đều phát tâm tu tập bằng chí nguyện đạt đến trí biết tất cả pháp.

55 九竅; s: *nava-dvāra*: chín cửa của thân thể. Theo truyền thống Phật giáo và y học Ấn Độ cổ, chín khiếu này gồm: hai mắt (*cakṣus*), hai tai (*karṇa*), hai lỗ mũi (*nāsikā*), miệng (*mukha*), hậu môn (*guda*) và sinh môn (*upastha*). Cộng lại thành chín lỗ, nên gọi là cửu khiếu; một số hệ phái còn thêm rốn, gọi là "thập khiếu" (*daśa-dvāra*). Phật giáo xem đó là phương tiện quán bất tịnh, nhấn mạnh sự thật vô thường, vô ngã, bất tịnh của thân.

Duyên thứ ba (3) **Cầu quả vị tối thắng mà phát tâm Bồ-đề**[56], có năm sự:

(1) Thấy chư Như Lai có tướng hảo trang nghiêm, quang minh thanh tịnh, chiếu sáng, người gặp đều được trừ khổ não, do đó phát tâm tu.

(2) Thấy chư Như Lai có pháp thân thường trụ, thanh tịnh, không bị nhiễm ô, do đó phát tâm tu tập.

(3) Thấy chư Như Lai có đầy đủ giới, định, tuệ, giải thoát, giải thoát tri kiến, thành tựu các pháp thanh tịnh, do đó phát tâm tu tập.

(4) Thấy chư Như Lai có mười lực, bốn vô sở úy, tâm đại bi, ba niệm xứ[57], đều thành tựu, do đó phát tâm tu tập.

(5) Thấy chư Như Lai có Nhất thiết trí, [ngài] khởi tâm thương xót, đại bi che chở khắp, có khả năng chỉ bày con đường chánh cho tất cả chúng sinh mê muội, do đó phát tâm tu tập.

Duyên thứ tư (4) **Do từ bi thương xót chúng sinh mà phát tâm Bồ-đề**. Có năm điều:

---

56 Luận giả nêu ra trước, ở đoạn trên là duyên thứ 4.

57 S: *tri-anusmṛti-sthāna;* 三念處. chỉ ba sự quán niệm của Bồ-tát: niệm Phật, niệm Pháp, niệm Tăng, được coi là pháp tu căn bản để phát tâm và an lập tâm Bồ-đề, khác với "tứ niệm xứ" của Thanh văn thừa. Tam khảo *Đại thừa trang nghiêm kinh luận* (*Mahāyānasūtrālaṃkāra*, XI.45–47), phần nói đến ba niệm xứ (*tri-smṛty-upasthāna*) của Bồ-tát.

(1) Thấy chúng sinh bị vô minh trói buộc.

(2) Thấy chúng sinh bị các nỗi khổ bủa vây.

(3) Thấy chúng sinh tích tập bất thiện nghiệp.

(4) Thấy chúng sinh tạo tác những ác nghiệp cực trọng.

(5) Thấy chúng sinh không tu tập Chánh pháp.

Bị vô minh trói buộc (1) lại có bốn điều:

(1) Thấy chúng sinh bị si ái mê hoặc, phải chịu những nỗi khổ lớn dữ dội.

(2) Thấy chúng sinh không tin nhân quả, tạo tác các ác nghiệp.

(3) Thấy chúng sinh xa lìa Chánh pháp, lại tin nhận tà đạo.

(4) Thấy chúng sinh chìm trong dòng sông phiền não, bị bốn dòng[58] cuốn trôi.

---

[58] 四流; *catur-ogha*: kinh luận Phật giáo chỉ bốn sức mạnh phiền não cuốn trôi chúng sinh trong sinh tử, gồm: (1) dục lưu (*kāmogra*; 欲流), tức dòng tham ái trong Dục giới; (2) hữu lưu (*bhavogra*; 有流), tức dòng nghiệp dẫn đến tái sinh trong ba cõi; (3) kiến lưu (*dṛṣṭyogha*; 見流), tức dòng tà kiến chấp ngã, chấp đoạn thường; và (4) vô minh lưu (*avidyogha*; 無明流), tức dòng vô minh che lấp chân tánh. Chúng sinh bị ví như kẻ rơi vào sông lũ, bị bốn dòng này cuốn trôi không thoát, do đó Bồ-tát phát Bồ-đề tâm, lấy giới–định–tuệ làm thuyền bè từ bi để vượt qua bốn dòng và cứu độ hữu tình. Tham khảo *Tạp A-hàm* (T2n99, 0084c): "有四流，能漂人：欲流、有流、見流、無明流。*Câu-xá luận* (T29n1558, 119c): giải thích chi tiết

Bị các khổ bủa vây (2) có bốn điều:

(1) Thấy chúng sinh sợ hãi sanh, già, bệnh, chết, nhưng chẳng cầu giải thoát mà lại tiếp tục tạo nghiệp.

(2) Thấy chúng sinh bị sầu, bi, khổ não trói buộc, thường tạo nghiệp không ngừng nghỉ.

(3) Thấy chúng sinh chịu khổ vì ái biệt ly, mà không tỉnh ngộ, lại phương tiện đắm nhiễm.

(4) Thấy chúng sinh chịu khổ vì oán tắng hội[59], thường khởi tâm hiềm hận, ganh ghét, lại càng tạo thêm oán đối.

Tích tập bất thiện nghiệp (3) lại có bốn điều:

(1) Thấy chúng sinh vì ái dục mà tạo tác các ác nghiệp.

---

bốn dòng. *Đại trí độ luận* (T25n1509, 0088c): ví Bồ-tát như người dựng thuyền từ bi để cứu chúng sinh ra khỏi bốn dòng.

59 Một trong Bát khổ (八苦; *aṣṭa-duḥkha*), giáo lý căn bản được nêu trong Tứ Thánh đế. Theo *Tạp A-hàm* (T2, no.99, 0228a) và *Trường A-hàm* (T1, no.1), Bát khổ (八苦; *aṣṭa-duḥkha*) gồm: 1) Sanh khổ (生苦; *jāti-duḥkha*), tức khổ do sinh ra, bắt đầu một đời sống đầy bất an; 2) Lão khổ (老苦; *jarā-duḥkha*), tức khổ do già yếu, suy tàn; 3) Bệnh khổ (病苦; *vyādhi-duḥkha*), tức khổ do bệnh tật, đau ốm; 4) Tử khổ (死苦; *maraṇa-duḥkha*), tức khổ do cái chết, sự tan rã của ngũ uẩn; 5) Ái biệt ly khổ (愛別離苦; *priya-viprayoga-duḥkha*), tức khổ vì phải xa lìa những người hay vật mình yêu thương; 6) Oán tắng hội khổ (怨憎會苦; *apriya-saṃprayoga-duḥkha*), tức khổ vì phải chung sống, gặp gỡ với người hay vật mình ghét bỏ; 7) Cầu bất đắc khổ (求不得苦; *icchā-anupalabdhi-duḥkha*), tức khổ vì mong cầu mà không được như ý; và 8) Ngũ thủ uẩn khổ (五取蘊苦; *pañcaskandha-upādāna-duḥkha*), tức khổ do chấp thủ năm uẩn (sắc, thọ, tưởng, hành, thức), được xem là gốc rễ bao trùm của mọi khổ.

(2) Thấy chúng sinh tuy biết dục đưa đến khổ mà vẫn không lìa bỏ dục.

(3) Thấy chúng sinh tuy mong cầu an lạc nhưng không giữ đầy đủ giới hạnh.

(4) Thấy chúng sinh tuy chẳng ưa khổ mà vẫn tạo nhân khổ, không dừng nghỉ.

Tạo ác nghiệp cực trọng (4) lại có bốn điều:

(1) Thấy chúng sinh hủy phạm các giới trọng, tuy trong lòng sầu lo, sợ hãi nhưng vẫn buông lung phóng dật.

(2) Thấy chúng sinh tạo năm nghiệp vô gián cực ác, hung bạo, ngoan cố, tự che lấp, không khởi tâm hổ thẹn.

(3) Thấy chúng sinh phỉ báng Đại thừa, hủy hoại chánh pháp phương đẳng, chuyên chấp ngu si, lại sinh tâm kiêu mạn.

(4) Thấy chúng sinh tuy có trí tuệ thông minh, nhưng đã đoạn mất các thiện căn, lại càng tự phụ, vĩnh viễn không chịu hối cải.

Không tu tập Chánh pháp (5) lại có bốn điều:

(1) Thấy chúng sinh sinh vào tám nạn[60], chẳng được nghe Chánh pháp, không biết tu thiện.

---

60 八難; s: aṣṭākṣaṇa; cảnh giới hoặc hoàn cảnh khiến chúng sinh không thể nghe và hành Chánh pháp: (1) địa ngục, (2) ngạ quỷ, (3) súc sinh, (4) trường thọ thiên, (5) biên địa, (6) mù điếc câm ngọng, (7) tà trí thế gian,

(2) Thấy các chúng sinh gặp khi Phật xuất thế, tuy được nghe nói Chánh pháp mà không thể thọ trì.

(3) Thấy chúng sinh nhiễm tập theo ngoại đạo, hành khổ hạnh, tu ác pháp, vĩnh viễn xa lìa nẻo xuất ly.

(4) Thấy chúng sinh tu được định Phi tưởng phi phi tưởng[61] (*naivasaṃjñānāsaṃjñāyatana-samāpatti*), cho đó là niết-bàn, nhưng khi quả báo thiện hết sạch thì lại đọa vào ba đường ác.

---

(8) không gặp Phật xuất thế. Đây là chướng nạn căn bản được nêu trong nhiều kinh luận (như *kinh Thắng man; Śrīmālādevīsiṃhanādasūtra*) *A-tì-đạt-ma Câu-xá luận* (*Abhidharmakośa*).

61 Chấp định Phi tưởng phi phi tưởng làm Niết-bàn: là quan kiến sai lầm đặc thù, được các luận A-tì-đạt-ma chỉ rõ. Đây chỉ là cảnh giới định thuộc Vô sắc giới, không phải Niết-bàn; hết phước báo lại đọa lạc. Định Phi tưởng phi phi tưởng (*naivasaṃjñānāsaṃjñāyatana-samāpatti*) là tầng thiền cao nhất trong bốn vô sắc định, nơi tưởng thức vi tế cực hạn, dường như không còn hoạt động nhưng chưa hoàn toàn đoạn diệt. Do sự an tĩnh đặc biệt của cảnh giới này, nhiều ngoại đạo và một số hành giả đã lầm tưởng đó là cứu cánh Niết-bàn. Tuy nhiên, như Câu-xá luận VI, 53 (*Abhidharmakośabhāṣya*) xác định, đây chỉ là một loại "hữu" (*bhava*), thuộc Vô sắc giới, còn nằm trong luân hồi hữu lậu, hết phước báo vẫn đọa trở lại. Lăng-già kinh (*Laṅkāvatāra-sūtra*) và Thắng Man sư tử hống (*Śrīmālādevī-sūtra*) cũng phê phán sự chấp thủ này, nhấn mạnh rằng Niết-bàn chân thật không phải trạng thái tịch mặc của định, mà là sự đoạn tận vô minh và phiền não, thành tựu pháp thân (*dharmakāya*) cùng đại bi. Như vậy, sự lầm chấp thiền định hữu lậu làm giải thoát chỉ là một hình thức "thiền chấp" (*dhyāna-abhiniveśa*), là chướng ngại lớn cho Bồ-tát đạo, cần phải được vượt qua bằng tuệ giác vô phân biệt (*nirvikalpajñāna*).

Bồ-tát quán thấy các chúng sinh vì vô minh tạo nghiệp, trong đêm dài sinh tử phải chịu khổ não; lại xa lìa Chánh pháp, mê lầm con đường xuất ly.

Vì những chúng sinh như thế mà khởi tâm đại từ bi, chí cầu Vô thượng Chánh đẳng Chánh giác, khẩn thiết như cứu đầu đang cháy[62]. Nguyện rằng tất cả chúng sinh có khổ não, ta đều sẽ cứu vớt, khiến họ không còn sót lại chút khổ nào.

Này các Phật tử! Nay chỉ lược nói các duyên sự phát tâm của Bồ-tát khi mới hành đạo. Nếu nói rộng ra thì thật vô lượng, vô biên.

---

62 *śīrṣa-pradīpta iva:* 救頭燃: ẩn dụ thường thấy trong kinh điển Đại thừa, nhằm diễn đạt tính khẩn thiết và bất thoái của tâm Bồ-đề.

# PHẨM III: NGUYỆN THỆ[63]

Bồ-tát làm thế nào phát tâm hướng đến Bồ-đề? Do hành nghiệp gì mà thành tựu Bồ-đề? Khi Bồ-tát mới phát tâm, trụ nơi càn huệ địa[64], trước hết phải kiên cố phát nguyện chân chánh, nhiếp thọ tất cả vô lượng chúng sinh: "Ta cầu Vô

---

[63] T1659_.32.0510b02: 發菩提心經論願誓品第三' S: praṇidhāna. Phẩm này đánh dấu sự chuyển sang phát **nguyện**, trong đó trình bày về "mười đại nguyện" (*daśa-mahāpraṇidhāna*) làm trụ cột cho Bồ-tát đạo. Văn bản nhấn mạnh hai điểm then chốt: 1. *càn huệ địa* (乾慧地; *śuṣka-prajñā-bhūmi*): nơi Bồ-tát mới phát tâm, có trí huệ phân biệt nhưng chưa có tu tập định–tuệ viên mãn. Ở đây cần phát nguyện làm nền tảng để khỏi rơi vào hàng Thanh văn, Duyên giác. 2. *Đại bi là đầu, thệ nguyện là gốc*: chính nhờ đại bi mà Bồ-tát phát nguyện độ tận nhất thiết chúng sinh, và mười nguyện lớn tiếp theo là sự cụ thể hóa của tâm đại bi ấy.

[64] 乾慧地; s: *śuṣka-prajñā-bhūmi;* ", chỉ giai đoạn sơ khởi của Bồ-tát trước khi bước vào Thập địa. "Khổ" (*śuṣka;* 乾) nghĩa là trí tuệ này chưa được nhuận thấm bởi thiền định và công đức; "huệ" (*prajñā;* 慧) là trí phân biệt đúng sai, thiện ác; "địa" (*bhūmi;* 地) là nền tảng tu học. Hành giả ở Càn huệ địa chỉ có trí văn tư, tức nghe học và suy tư, nhưng chưa có trí tu, tức trí chứng ngộ từ thực hành. Vì thế, trí ấy giống như hạt khô chưa có nước, tuy có tiềm năng nhưng chưa sinh hoa trái. Theo *Thập địa kinh* (T286) và *Du-già sư địa luận* (T1579), Càn huệ địa là địa chuẩn bị, nơi Bồ-tát mới phát tâm cầu đạo, chuẩn bị nhập Hoan hỷ địa (*pramuditā-bhūmi*), tức sơ địa trong Thập địa. Ý nghĩa giáo lý của Càn huệ địa là khẳng định: trí phân biệt giáo pháp tuy chưa phải cứu cánh, nhưng là nền tảng tất yếu để Bồ-tát nuôi dưỡng trí bằng giới–định–tuệ và đại bi, hầu tiến nhập vào đạo lộ Bồ-tát viên mãn.

thượng Bồ-đề, cứu hộ, độ thoát khiến không còn sót lại, tất cả đều được rốt ráo vô dư niết-bàn."

Cho nên khi mới phát tâm, Bồ-tát lấy đại bi làm gốc. Nhờ tâm đại bi này có thể phát khởi mười đại nguyện chân chánh[65] thắng diệu. Thế nào là mười?

[1] Nguyện cho những thiện căn mà con đã gieo trồng từ đời trước cùng với đời hiện tại, nay đều đem bố thí cho tất cả vô biên chúng sinh, và hết thảy đều cùng hồi hướng về Vô thượng Bồ-đề.

[2] Nguyện cho lời nguyện này của con trong từng niệm, từng niệm đều tăng trưởng, ở mọi đời, mọi kiếp, thường ghi khắc trong tâm, rốt ráo chẳng bao giờ quên mất, được thần lực của đà-la-ni[66] che chở và giữ gìn.

---

65 S: daśa-mahā-praṇidhāna; 十大正願

66 *dhāraṇī* (陀羅尼) bắt nguồn từ Phạn ngữ, căn *dhṛ* với nghĩa "giữ, nắm, duy trì", được dịch nghĩa là "tổng trì" (總持). Trong Phật học, *dhāraṇī* có hai lớp ý nghĩa: (1) năng lực tổng trì tất cả pháp môn đã nghe học, không quên mất, duy trì định tuệ không tán loạn; (2) thần chú hay minh chú, tức các âm thanh ngắn gọn hàm chứa năng lực thủ hộ, gia trì. Theo *Đại trí độ luận* (大智度論, T25n1509, 0282b–c), có bốn loại *dhāraṇī*: (1) pháp đà-la-ni (*dharma-dhāraṇī*), (2) nghĩa đà-la-ni (*artha-dhāraṇī*), (3) chú đà-la-ni (*mantra-dhāraṇī*), và (4) nhẫn đà-la-ni (*kṣānti-dhāraṇī*). Về mặt học thuật, *dhāraṇī* phản ánh sự giao thoa giữa trí năng ghi nhớ pháp và thực hành nghi lễ thần chú: vừa là khả năng trí tuệ nắm giữ giáo pháp, vừa là phương tiện hộ trì chúng sinh. Trong truyền thống Đại thừa, *dhāraṇī* được xem là nhịp cầu nối giữa kinh văn giáo nghĩa thậm thâm và chân ngôn, giữ gìn tinh yếu giáo lý và bảo hộ hành giả trên con đường tu chứng.

[3] Nguyện khi con đã hồi hướng về Đại Bồ-đề, thì đem công đức thiện căn ấy, ở trong tất cả chỗ sinh ra, thường được cúng dường tất cả chư Phật, và đời đời kiếp kiếp quyết định chẳng sinh vào những quốc độ không có Phật.

[4] Nguyện khi con được sinh vào các cõi nước chư Phật rồi, thường được thân cận, theo hầu bên cạnh các Ngài như bóng theo hình, chẳng xa lìa chư Phật dù chỉ trong khoảnh khắc sát-na. Nguyện khi con được thân cận chư Phật rồi, tùy theo căn cơ thích hợp của con mà chư Phật vì con thuyết pháp, thì con liền thành tựu năm thần thông của Bồ-tát[67].

---

[67] *pañcābhijñā* (五通): năm thần thông Bồ-tát tu chứng nhờ thiền định và công đức, gồm: 1) Thần túc thông (*ṛddhi-vidhi-abhijñā*; 神足通), năng lực biến hóa, tự tại trong đi lại, phân thân, xuất nhập; 2) Thiên nhãn thông (*divya-cakṣus-abhijñā*; 天眼通), thấy rõ sự sinh diệt của các cõi, biết cảnh giới xa gần; 3) Thiên nhĩ thông (*divya-śrotra-abhijñā*; 天耳通), nghe được âm thanh vi tế, xa gần, thông đạt nhiều ngôn ngữ; 4) Tha tâm thông (*paracitta-jñāna-abhijñā*; 他心通), biết rõ tâm ý và tư tưởng của chúng sinh; 5) Túc mạng thông (*pūrva-nivāsānusmṛti-abhijñā*; 宿命通), nhớ biết nhiều đời quá khứ của bản thân và chúng sinh. Trong hệ thống lục thông (*ṣaḍ-abhijñā*), còn thêm Lậu tận thông (*āsravakṣaya-abhijñā*; 漏盡通), tức trí đoạn trừ hết phiền não. Tuy nhiên, đối với Bồ-tát, năm thần thông được nhấn mạnh như phương tiện lợi tha, bởi Lậu tận thông được quy chiếu về Phật quả. Như vậy, năm thần thông của Bồ-tát là năng lực siêu việt để ứng hiện, thuyết pháp và giáo hóa, nhưng vẫn được xem là phương tiện, không phải cứu cánh giải thoát.

[5] Nguyện khi con đã thành tựu năm thần thông của Bồ-tát rồi, thì có thể thông đạt thế tục đế[68] (saṃvṛtisatya; 世諦) là giả danh lưu bố, đồng thời thấu đạt đệ nhất nghĩa đế[69] (paramārthasatya; 第一義諦) như thật tánh, được trí tuệ của chánh pháp.

[6] Nguyện khi con đã được trí tuệ của chánh pháp rồi, sẽ dùng tâm không chán mỏi, mà vì chúng sinh thuyết giảng, chỉ bày, giáo hóa, đem lại lợi ích và niềm vui, khiến tất cả đều được khai mở và hiểu rõ.

[7] Nguyện khi con có thể khai mở và khiến cho chư chúng sinh đều hiểu rõ rồi, nhờ thần lực của chư Phật, con nguyện có thể khắp đến mười phương vô lượng thế

---

68 Hai phạm trù của giáo lý Nhị đế (二諦; *satyadvaya*) là nền tảng triết học quan trọng của Đại thừa, phân biệt hai bình diện chân lý. Thứ nhất là Thế tục đế (*saṃvṛtisatya*; 世諦), chỉ chân lý qui ước, giả danh, dựa vào ngôn ngữ và tập quán thế gian, trong đó các pháp như ngã, nhân quả, thiện ác được tạm lập để vận hành và giáo hóa. Thứ hai là Đệ nhất nghĩa đế (*paramārthasatya*; 第一義諦), tức chân lý tối thượng, rốt ráo, trực chứng bằng trí tuệ Bát-nhã rằng các pháp đều không tự tánh (*niḥsvabhāva*), bản chất là Không (*śūnyatā*). Long Thọ trong *Trung luận* khẳng định: "Chư Phật y theo Nhị đế mà thuyết pháp: một là thế tục đế, hai là đệ nhất nghĩa đế; nếu không nương Nhị đế, thì không thể hiển bày chân lý cứu cánh." Trong Du-già hành tông, Thế tục đế được đồng hóa với y tha khởi, phân biệt hư vọng, còn Đệ nhất nghĩa đế tương ứng với viên thành thật. Ý nghĩa triết học của Nhị đế là cho thấy chúng không phải hai thực tại đối nghịch, mà là hai cách nhận thức một thực tại: một theo qui ước ngôn ngữ, một theo trí tuệ chứng ngộ. Nhờ dung thông Nhị đế, hành giả không rơi vào thật có hay đoạn diệt, mà an trụ Trung đạo, vừa khế hợp thế gian vừa đạt giải thoát tối hậu.

69 Xem chú thích 68.

giới, cúng dường chư Phật, lắng nghe và thọ trì chánh pháp, rộng nhiếp thọ tất cả chúng sinh.

[8] Nguyện khi con đã thọ nhận chánh pháp nơi chư Phật rồi, liền có thể tùy thuận mà chuyển bánh xe pháp thanh tịnh[70], khiến cho tất cả chúng sinh trong mười phương thế giới, hễ nghe pháp của con, nghe danh hiệu của con, thì ngay đó liền dứt trừ mọi phiền não, phát tâm Bồ-đề.

[9] Nguyện khi con đã có thể khiến tất cả chúng sinh phát tâm Bồ-đề rồi, thì sẽ thường theo sát để gìn giữ, trừ bỏ mọi điều vô ích, đem lại niềm vui vô lượng, xả bỏ thân mạng và tài sản để nhiếp thọ chúng sinh, gánh vác chánh pháp.

---

70 清淨法輪; s: *śuddha-dharmacakra*; được hiểu là "Thanh tịnh pháp luân", trong đó *śuddha* nghĩa là thanh tịnh, vô nhiễm, còn *dharma-cakra* nghĩa là pháp luân, tức bánh xe pháp, hình ảnh chỉ sự chuyển vận giáo pháp của Như Lai. Khái niệm này nhấn mạnh rằng pháp được thuyết vốn thanh tịnh, không xen tạp tà kiến, có năng lực phá trừ vô minh và dẫn thẳng đến giải thoát. Trong *Hoa nghiêm kinh* (T278) và *Đại trí độ luận* (T25n1509), pháp luân được mô tả có tính chất thiện chuyển, vô thối chuyển và thanh tịnh chuyển, đều quy về Thanh tịnh pháp luân (*śuddha-dharmacakra*). Về ý nghĩa giáo lý, "thanh tịnh" biểu thị pháp tính vốn lìa cấu nhiễm; "pháp luân" biểu thị sức lan tỏa không ngăn ngại của chánh pháp; và "thanh tịnh pháp luân" biểu thị sự thuyết pháp từ trí tuệ giải thoát, có công năng tịnh hóa chúng sinh và đưa vào giác ngộ. Như vậy, Thanh tịnh pháp luân (*śuddha-dharmacakra*) là biểu tượng cho sức mạnh giáo hóa thanh tịnh của Phật, vừa mang ý nghĩa vũ trụ luận, vừa mang ý nghĩa giải thoát học.

[10] Nguyện khi con đã có thể gánh vác chánh pháp rồi, tuy hành trì chánh pháp nhưng tâm không chấp vào sự hành trì; như chư Bồ-tát hành trì chánh pháp mà không có chỗ hành, cũng không có chỗ chẳng hành.

Vì để hóa độ chúng sinh mà chẳng xả bỏ chánh nguyện, đó gọi là mười đại chánh nguyện của Bồ-tát sơ phát tâm.

Đây là mười đại nguyện, cùng khắp trong pháp giới chúng sinh, nhiếp thọ tất cả vô lượng hằng sa nguyện. Nếu cõi chúng sinh cùng tận thì nguyện của con mới cùng tận, nhưng kỳ thực chúng sinh vốn không thể cùng tận, nên đại nguyện của con cũng chẳng bao giờ cùng tận.

Lại nữa, bố thí là nhân của Bồ-đề, vì có thể nhiếp thọ tất cả chúng sinh. Trì giới là nhân của Bồ-đề, vì khiến đầy đủ các điều thiện và làm viên mãn bổn nguyện. An nhẫn là nhân của Bồ-đề, vì thành tựu ba mươi hai tướng tốt và tám mươi vẻ tùy hình hảo. Tinh tấn là nhân của Bồ-đề, vì làm tăng trưởng các thiện hạnh, siêng năng giáo hóa các chúng sinh. Thiền định là nhân của Bồ-đề.

Bồ-tát khéo tự điều phục, có thể biết rõ các tâm hành của chúng sinh, cho nên trí tuệ là nhân của Bồ-đề, vì có đầy đủ năng lực biết tánh tướng của các pháp.

Nói tóm lại, sáu Ba-la-mật là chánh nhân của Bồ-đề, còn bốn vô lượng tâm, ba mươi bảy phẩm trợ đạo, cùng tất cả muôn hạnh lành thì đồng nhau trợ thành. Nếu Bồ-tát tu tập, tích lũy sáu Ba-la-mật, thì tùy theo pháp hành trì mà dần dần được gần gũi A-nậu-đa-la tam-miệu tam-bồ-đề. Này các Phật tử, người cầu Bồ-đề ắt phải không phóng dật; bởi hành phóng dật sẽ phá hoại thiện căn. Nếu Bồ-tát chế phục sáu căn mà chẳng phóng dật, thì người ấy có thể tu sáu Ba-la-mật.

Bồ-tát khi mới phát tâm, trước hết phải dựng lập lòng chí thành và phát thệ nguyện kiên quyết. Người đã phát thệ nguyện kiên quyết thì rốt ráo không phóng dật, không giải đãi, không kiêu mạn, không chậm lười. Vì sao vậy? Bởi vì người phát thệ nguyện kiên quyết thì có năm điều làm cho duy trì:

(1) Một là có thể làm kiên cố tâm mình;

(2) hai là có thể chế phục phiền não;

(3) ba là có thể ngăn chặn sự phóng dật;

(4) bốn là có thể phá trừ năm triền cái[71];

(5) năm là có thể siêng năng tu hành sáu Ba-la-mật. Như Đức Phật đã tán thán:

---

71 S: *pañca nīvaraṇāni*; 五蓋: năm chướng ngại căn bản che lấp tâm, ngăn cản thiền định và trí tuệ. Gồm: 1) Tham dục cái (*kāmacchanda-nīvaraṇa*; 欲貪蓋), tức tâm tham cầu ngũ dục khiến tâm tán loạn; 2) Sân nhuế cái (*vyāpāda-nīvaraṇa*; 瞋恚蓋), tức tâm sân hận thù ghét, thiêu đốt thiện căn; 3) Hôn trầm–thụy miên cái (*styāna-middha-nīvaraṇa*; 睡眠蓋), tức tâm mờ tối, biếng nhác, mất chánh niệm; 4) Trạo cử–hối quá cái (*auddhatya-kaukṛtya-nīvaraṇa*; 掉悔蓋), tức tâm phóng dật, bồn chồn, hối hận khiến tâm không an tĩnh; 5) Nghi cái (*vicikitsā-nīvaraṇa*; 疑蓋), tức tâm nghi ngờ đối với Tam bảo và con đường tu tập. Kinh điển ví năm triền cái như mây đen che mặt trời, khiến trí tuệ không hiển lộ; khi đoạn trừ được chúng, tâm trở nên thuần tịnh, sáng suốt, nhu nhuyến, dễ điều phục và kiên cố, đủ điều kiện phát sinh tuệ giác và chứng nhập giải thoát.

*Như Lai bậc Đại Trí Tôn,*
*Hiển dương công đức chứng chân,*
*Nhẫn huệ phước nghiệp thành lực,*
*Thệ nguyện tối thắng muôn phần.*

Thế nào là lập thệ nguyện?

(1) Nếu có người đến cầu xin các thứ, thì ngay khi ấy, con đều tùy khả năng mà đem cho, cho đến không khởi một niệm xan tham bỏn sẻn. Nếu như trong khoảnh khắc khảy ngón tay mà khởi tâm ác, dùng nhân duyên bố thí để cầu quả báo thanh tịnh, thì ngay đó con đã là kẻ lừa dối vô lượng vô biên a-tăng-kỳ chư Phật hiện tại ở mười phương thế giới, và ở đời vị lai ắt chắc chắn sẽ không thành được A-nậu-đa-la Tam-miệu Tam-bồ-đề.

(2) Nếu con trì giới, thì dẫu cho mất thân mạng, cũng lập nguyện giữ tâm thanh tịnh, quyết không đổi dời, không hối tiếc. Nếu con tu hạnh nhẫn, thì dù bị người khác xâm hại, cho đến chặt xẻ thân thể, con vẫn thường khởi tâm từ ái, lập nguyện không giận dữ, không chướng ngại.

(3) Nếu con tu hạnh tinh tấn, dù gặp phải giá lạnh, nóng bức, nạn vua quan, giặc cướp, nạn nước lửa, sư tử, hổ lang, hay chỗ hoang vắng không nước, không lúa gạo, con vẫn phải kiên cố bền vững tâm mình, lập thệ nguyện quyết không thối lui, không mất đạo tâm.

(4) Nếu con tu hạnh thiền định, khi bị các duyên ngoại cảnh quấy nhiễu khiến tâm khó nhiếp, con phải chuyên nhất

buộc niệm nơi cảnh, lập thệ nguyện không tạm khởi một ý nghĩ phi pháp hay vọng tưởng loạn động.

(5) Nếu con tu tập trí tuệ, quán tất cả pháp theo như thật tánh[72] thuận theo mà thọ trì, thì đối với thiện và bất thiện, hữu vi và vô vi, sinh tử và niết-bàn đều lập thệ nguyện không phát khởi tri kiến phân biệt nhị biên.

(6)Nếu tâm con hối hận, giận dữ, chướng ngại, thoái thất, khởi loạn tưởng, hay sanh nhị kiến phân biệt, dù chỉ trong khoảnh khắc khảy ngón tay, rồi lại dùng giới, nhẫn, tinh tấn, thiền và trí tuệ để cầu quả báo thanh tịnh, thì ngay đó con đã là kẻ lừa dối vô lượng vô biên a-tăng-kỳ chư Phật hiện tại ở mười phương thế giới, và trong đời vị lai cũng quyết định sẽ không thành A-nậu-đa-la tam-miệu tam-bồ-đề.

Bồ-tát lấy mười đại nguyện để duy trì chánh pháp hạnh, lấy sáu đại thệ[73] để chế ngự tâm phóng dật, ắt sẽ tinh cần siêng tu, tích tập sáu Ba-la-mật, thành tựu A-nậu-đa-la tam-miệu tam-bồ-đề.

---

72 S: yathābhūta-svabhāva; 如實性

73 ṣaṭ-mahā-praṇidhāna; 六大誓. Nêu ở đoạn trên.

# PHẨM IV: BỐ THÍ BA-LA-MẬT-ĐA[74]

Bồ-tát làm thế nào để tu hành bố thí? Nếu việc bố thí vì tự lợi, lợi tha, hay cả hai lợi[75], thì sự bố thí ấy có khả năng trang nghiêm đạo Bồ-đề.

Bồ-tát vì muốn điều phục chúng sinh, khiến họ thoát ly khổ não, cho nên thực hành bố thí. Người tu hành bố thí, đối với của cải tài vật của mình, thường khởi tâm xả; đối với kẻ đến cầu xin, khởi tâm tôn trọng, như tưởng cha mẹ, thầy, thiện tri thức. Đối với kẻ bần cùng hèn hạ, khởi tâm thương xót, như tưởng một người con. Tùy theo sự cần thiết mà bố thí, với tâm hoan hỷ, cung kính[76]. Đây gọi là tâm bố thí sơ khởi của Bồ-tát.

---

74 T1659_.32.0511a12: 發菩提心經論檀波羅蜜品第四. Ấn bản SAT https://21dzk.l.u-tokyo.ac.jp/SAT/satdb2015.php?lang=en

75 布施若為自利他利及二俱利 (bố thí nếu vì tự lợi, lợi tha, hoặc cả hai lợi), trong khi bản Phạn nhấn mạnh: *"Bodhisattvaḥ kāmayate sarvasattvānāṁ hitasukhaṁ duḥkhapraśamanaṁ"* (Bồ-tát mong đem lợi ích, an lạc, diệt khổ cho tất cả chúng sinh). Bản Hán triển khai thành ba cấp độ lợi ích (tự lợi, lợi tha, câu lợi), bản Phạn chỉ nhắm vào lợi ích phổ quát cho tất cả chúng sinh.

76 隨所須與心喜恭敬" (tùy theo sự cần mà bố thí, với tâm hoan hỷ cung kính), trong khi Phạn văn dùng hình ảnh *"śuddhacittaṁ nirmalaṁ netreṣu nidhāya bodhicittam avasthāpayati"* (lấy tâm thanh tịnh, đặt trong ánh mắt vô cấu, an trụ nơi Bồ-đề tâm).

Do tu hành bố thí nên tiếng tốt lan truyền khắp nơi, tùy chỗ sanh ra đều được giàu có, tài bảo sung mãn, đó gọi là *tự lợi*. Có thể khiến chúng sinh được mãn nguyện trong tâm, dạy bảo điều phục khiến họ không còn xan tham, đó gọi là *lợi tha*. Do lấy tâm bố thí vô tướng mà tu hành, hóa độ chúng sinh để họ cùng được lợi ích như mình, đó gọi là *câu lợi* (tự lợi và lợi tha cùng thành tựu). Nhân nơi tu hành bố thí mà được địa vị Chuyển luân vương, có khả năng nhiếp thọ vô lượng chúng sinh, cho đến khi thành Phật, được vô tận pháp tạng[77], đó gọi là trang nghiêm đạo Bồ-đề.

Bố thí có ba loại: một là thí pháp (dharmadāna; 法施), hai là thí vô úy (abhayadāna; 無畏施), ba là thí tài vật (āmiṣadāna; 財施).

Bố thí pháp (dharmadāna; 法施) là khuyên người thọ giới, phát tâm xuất gia, vì phá trừ tà kiến mà giảng nói sự sai lầm

---

77 乃至得佛無盡法藏" (cho đến khi thành Phật, được vô tận pháp tạng) trong bản Hán là nét đặc biệt, nhấn mạnh công năng cứu cánh của bố thí, tương ứng với Phạn văn: *"sattvānugraheṇa kṛtī bhavati... prāpnoti... dānaṁ trividhikam"* (Trong sự lợi ích chúng sinh, Bồ-tát thành tựu, trở thành bậc đem lại lợi lạc.). Bản Phạn có phần giản lược hơn.

của bốn điên đảo,[78] chấp thường, chấp đoạn[79], cùng mọi ác hạnh lỗi lầm; phân biệt hiển thị nghĩa chân đế[80], tán thán

---

78 四顛倒; s: *catur-viparyāsa*: bốn nhận thức sai lầm căn bản khiến chúng sinh luân hồi sinh tử: (1) lấy vô thường (*anitya*) làm thường (*nitya*), (2) lấy khổ (*duḥkha*) làm lạc (*sukha*), (3) lấy vô ngã (*anātman*) làm ngã (*ātman*), và (4) lấy bất tịnh (*aśubha*) làm tịnh (*śubha*). Các điên đảo này được nói rõ trong A-tì-đạt-ma cũng như kinh điển Nikāya/Āgama (xem *Saṃyutta-nikāya* II.68; *Saṃyuktāgama* T02, no. 99, 262c). Do đó, pháp thí (*dharmadāna*) được đề cao như phương tiện trực tiếp đoạn trừ tà kiến, chỉ rõ sự sai lầm của bốn điên đảo, hiển bày nghĩa chân đế (*paramārthasatya*), và hướng người tu đến trí tuệ giải thoát.

79 Chấp thường và chấp đoạn là hai dạng cực đoan liên hệ đến tà kiến: chấp thường (*śāśvatadṛṣṭi*) cho rằng có một ngã trường tồn bất biến, chấp đoạn (*ucchedadṛṣṭi*) cho rằng thân tâm sau khi chết hoàn toàn đoạn diệt. Đức Phật đều bác bỏ cả hai cực đoan này, chủ trương con đường Trung đạo dựa trên duyên khởi (*pratītyasamutpāda*).

80 S: *Paramārthasatya;* 真諦: là một trong hai chân lý (*satyadvaya*) được trình bày trong tư tưởng Phật giáo Đại thừa, đối chiếu với thế/tục đế (俗諦; *saṃvṛtisatya*). Theo *Mādhyamika-śāstra* (Trung quán luận; 中論, T30, no.1564), Long Thọ (Nāgārjuna; 龍樹) xác định rằng "chân đế" chỉ cho thực tại tối hậu, vượt ngoài mọi hý luận, tức tánh Không (*śūnyatā*) và duyên khởi (*pratītyasamutpāda*). Các bộ phái A-tì-đạt-ma trước đó cũng đã dùng thuật ngữ này để chỉ chân lý rốt ráo về các pháp vô ngã và vô thường. Trong Câu-xá luận (*Abhidharmakośabhāṣya*, T29, no.1558), Vasubandhu (Thế Thân; 世親) giải thích rằng chân đế là trí tuệ quán sát thực tánh (*dharmatā*), không bị vọng tưởng che lấp. Đối chiếu với tục đế – vốn là ngôn ngữ giả lập để thuận theo thế tục – chân đế được xem là cái thấy đúng như thật (*yathābhūtadarśana*), là nền tảng để đoạn trừ tà kiến, chứng nhập Niết-bàn (*nirvāṇa*). Trong truyền thống Phật giáo, việc hiển bày nghĩa chân đế qua pháp thí (*dharmadāna*) chính là phương tiện then chốt giúp phá trừ bốn điên đảo (*catur-viparyāsa*), đưa hành giả đến trí tuệ giải thoát.

công đức tinh tấn, chỉ bày sự lỗi lầm của phóng dật. Đây gọi là pháp thí.

Nếu có chúng sinh sợ hãi vì vua quan, sư tử, cọp sói, nước lửa, giặc cướp, Bồ-tát thấy rồi có thể cứu hộ, đó gọi là thí vô úy (abhayadāna; 無畏施).

Đối với tài vật của mình mà bố thí không tiếc lẫn, từ những của báu, voi, ngựa, xe cộ, lụa là, thóc gạo, y phục, đồ ăn uống... cho đến miếng bột lúa mạch, sợi chỉ nhỏ nhoi, bất luận nhiều hay ít, tùy theo sự mong cầu của người xin mà tùy nhu cầu trao cho, đó gọi là tài thí.

Tài thí lại có năm loại: (1) chí tâm thí, (2) tín tâm thí, (3) tùy thời thí, (4) tự thủ thí, (5) như pháp thí[81].

Những điều không nên đem cho lại có năm việc:

(1) Nếu người cầu tài lộc phi lý, thì không nên cho, vì vật ấy không thanh tịnh.

(2) Rượu và các loại thuốc độc không nên cho, vì làm loạn tâm chúng sinh.

(3) Lưới, bẫy, dụng cụ bắt giữ không nên cho, vì làm khổ chúng sinh.

(4) Dao, gậy, cung, tên không nên cho, vì gây hại chúng sinh.

---

[81] Bản Hán chia tài thí thành năm loại (五種), trong khi bản Phạn ở chỗ này không ghi rõ chi tiết, chỉ phân ba loại tổng quát. Đây là một nét triển khai đặc thù trong truyền thống Hán dịch.

(5) Âm nhạc và nữ sắc không nên cho, vì làm hư hoại tâm thanh tịnh.

Tóm lại, những vật phi pháp, có khả năng làm loạn và não hại chúng sinh, đều không nên đem cho. Ngoài ra, tất cả những gì có thể đem lại an lạc cho chúng sinh, thì gọi là "như pháp thí"[82].

Người ưa thích bố thí lại được năm loại danh xưng và lợi ích thiện lành:

(1) thường được gần gũi tất cả bậc hiền thánh,

(2) được tất cả chúng sinh ưa thấy,

(3) khi vào trong đại chúng thì được mọi người tôn kính,

(4) tiếng tốt và danh thơm lan truyền khắp mười phương,

(5) có khả năng làm nhân thù thắng tối thượng cho đạo Bồ-đề.

Bồ-tát được gọi là "nhất thiết thí". "Nhất thiết thí" không phải nói về nhiều của cải, mà là chỉ cho tâm bố thí[83]. Như pháp mà cầu tài để dùng vào bố thí thì gọi là nhất thiết thí. Dùng tâm thanh tịnh, không dua nịnh mà bố thí thì gọi là nhất thiết

---

82 Bản Hán triển khai cụ thể thành năm loại vật cấm thí (rượu độc, lưới bẫy, binh khí, nữ sắc, của cải phi pháp). Điều này phản ánh khuynh hướng chi tiết hóa trong truyền thống dịch Hán để làm rõ tính "như pháp" (*yathā-dharma*) trong hành bố thí.

83 一切施者非謂多財，謂施心也" (nhất thiết thí không phải nhiều của cải, mà là tâm thí).Tương ứng với Phạn văn: "*sarvadānātmatā... na bahu jñānaṁ kintu jñānālambam*" (bản chất của tất cả bố thí không phải là nhiều, mà là nương trí tuệ).

thí. Thấy kẻ nghèo khổ mà với tâm thương xót bố thí thì gọi là nhất thiết thí.

Thấy kẻ gặp nạn khổ mà với tâm từ bi đem cho, gọi là nhất thiết thí. Dù ở cảnh nghèo khó, ít tài vật mà vẫn có thể bố thí, gọi là nhất thiết thí. Đối với vật báu quý trọng mà mở lòng đem cho, gọi là nhất thiết thí. Không phân biệt người giữ giới hay phá giới, ruộng phước hay chẳng phải ruộng phước mà vẫn bố thí, gọi là nhất thiết thí.

Không mong cầu phước báo trời người, sự vui vi diệu của hữu lậu mà bố thí, gọi là nhất thiết thí. Lấy tâm chí cầu vô thượng đại Bồ-đề mà bố thí, gọi là nhất thiết thí. Từ khi phát tâm muốn bố thí, cho đến lúc bố thí, sau khi bố thí rồi mà không hối tiếc, gọi là nhất thiết thí. Nếu lấy hoa mà bố thí, thì được đầy đủ bảy hoa giác chi của đà-la-ni[84].

---

[84] 若以華施，具陀羅尼七覺華故" (bố thí hoa, thành tựu bảy hoa giác chi của đà-la-ni) có thể được hiểu trong mối liên hệ nhân–quả: hành động cúng dường hoa là nhân (*hetu*), thành tựu ba mươi bảy phẩm trợ đạo (*saptatriṃśad bodhipākṣikā dharmāḥ*; 三十七道品) là quả (*phala*). Trong bản Phạn phục hồi của *Bodhicittotpāda-śāstra* (phẩm *Dānapāramitā*), đoạn tương ứng ghi: "*yadi puṣpāṇi dīyante labhate ... sarvadharmasvabhāvapratibhānam*" (nếu bố thí hoa thì được quả báo, ánh sáng trí tuệ, hiển lộ bản tánh các pháp). Bảy giác chi (*sapta-bodhyaṅga*; 七覺支: niệm, trạch pháp, tinh tấn, hỷ, khinh an, định, xả) vốn là một trong bảy nhóm thuộc ba mươi bảy phẩm trợ đạo, cùng với tứ niệm xứ (*smṛtyupasthāna*; 四念處), tứ chánh cần (*samyakpradhāna*; 四正勤), tứ như ý túc (*ṛddhipāda*; 四如意足), ngũ căn (*pañcendriya*; 五根), ngũ lực (*pañcabala*; 五力), và bát thánh đạo phần (*āryāṣṭāṅgamārga*; 八聖道分). Như vậy, việc cúng dường hoa tượng trưng cho tâm thanh tịnh và quán chiếu vô thường, trở thành nhân duyên dẫn khởi các giác chi nở rộ

Nếu đem hương mà bố thí, thì thành tựu công đức giới, định, tuệ như hương xông ướp thân. Nếu đem quả mà bố thí, thì đầy đủ và thành tựu quả vô lậu. Nếu đem thức ăn mà bố thí, thì đầy đủ thọ mạng, biện tài, sắc đẹp, sức lực, sự an lạc. Nếu đem y phục mà bố thí, thì thành tựu tướng sắc thanh tịnh, diệt trừ sự không hổ thẹn. Nếu đem đèn sáng mà bố thí, thì thành tựu Phật nhãn, soi rõ tất cả tánh các pháp. Nếu đem voi, ngựa, xe cộ mà bố thí, thì đạt được thượng thừa tối thắng, đầy đủ thần thông. Nếu đem chuỗi ngọc, anh lạc mà bố thí, thì thành tựu tám mươi vẻ đẹp tùy hình hảo[85]. Nếu đem châu báu

---

như hoa trong tâm, từ đó mở rộng thành trọn vẹn 37 phẩm trợ đạo, đưa hành giả đến trí tuệ thấy rõ thực tánh các pháp (*dharmatā*; 法性) và cứu cánh giải thoát. Đà-la-ni (*dhāraṇī*; 陀羅尼) trong câu "具陀羅尼七覺華故" không chỉ đơn thuần chỉ đến "thần chú" theo nghĩa phổ thông, mà ở đây mang nghĩa gốc là "*tổng trì*", tức năng lực nhiếp trì và giữ gìn tất cả pháp lành, khiến chúng không bị tán loạn, thất thoát. Trong bối cảnh này, "七覺華" (bảy hoa giác chi) được gọi là "陀羅尼華" vì chúng được nhiếp trì, duy trì và nuôi lớn nhờ năng lực tổng trì ấy. Tức là, khi hành giả gieo nhân bằng việc bố thí hoa, thì công đức ấy được "tổng trì" trong tâm, khiến các giác chi như hoa nở và không mất mát.

85 八十隨形好; *aśīti-anuvyañjana*) chỉ tám mươi đặc tướng vi diệu đi theo để trang nghiêm ba mươi hai tướng đại nhân (*dvātriṃśat-mahāpurūṣa-lakṣaṇa*). Trong kinh điển như *Trường A-hàm* (Dīgha-nikāya), *Pháp hoa* (Saddharmapuṇḍarīka-sūtra, T262), và các luận Đại thừa, ba mươi hai tướng là những dấu hiệu căn bản của bậc Đại nhân (Phật hoặc Chuyển luân Thánh vương), còn tám mươi vẻ đẹp là các đặc điểm tinh tế, vi diệu, làm tăng thêm sự trang nghiêm và uy nghi. Các kinh thường mô tả tám mươi vẻ đẹp này gồm những chi tiết như: răng trắng đều, tóc mịn óng, da mịn sạch, tay chân mềm mại cân xứng, ánh mắt sáng nhu hòa, hơi thở thơm ngát, bước đi vững chãi, âm thanh dịu dàng, v.v. Những tùy hình hảo này không tách rời mà làm sáng rực thêm ba mươi hai tướng, biểu

mà bố thí, thì thành tựu đủ ba mươi hai tướng đại nhân[86]. Nếu

---

thị phước trí viên mãn của Như Lai. Trong văn mạch học thuật, tám mươi tùy hình hảo được xem là một hệ thống biểu tượng, phản ánh lý tưởng thẩm mỹ và công đức viên mãn, khiến hình tướng Như Lai vừa hiển bày uy lực, vừa khơi dậy lòng tin và sự hân hoan của chúng sinh.

86 三十二相; *dvātriṃśat-mahāpurūṣa-lakṣaṇa*) chỉ ba mươi hai đặc tướng căn bản của bậc Đại nhân (*mahāpuruṣa*), chỉ xuất hiện nơi Như Lai hoặc Chuyển luân Thánh vương. Theo *Trường A-hàm* (Dīgha-nikāya) và các bản Hán dịch trong *Trường A-hàm kinh* (長阿含經, T1), các tướng được liệt kê như sau:

1. Lòng bàn chân bằng phẳng (*supaṭṭhita-pādatā*; 足下安平).

2. Dưới lòng bàn chân có ngàn căm luân (*pādatala-sahasrāra-cakra*; 足下千輻輪).

3. Gót chân đầy đặn (*supaṭṭhita-pāda-pṛṣṭha*; 足跟充滿).

4. Ngón tay ngón chân thon dài (*dīrgha-aṅguli*; 手足指纖長).

5. Tay chân mềm mại (*mṛdu-sparśa*; 手足柔軟).

6. Tay chân có màng lưới (*jala-hasta-pāda*; 手足指縵網相).

7. Bàn tay chân tròn trịa đầy đặn (*pṛthu-hasta-pāda*; 手足指圓滿).

8. Móng tay chân hồng nhuận sáng sạch (*rakta-nakha*; 爪甲赤光澤).

9. Ngón tay chân như móng chim ưng cong tròn (*śubha-nakha*; 爪甲鮮潔).

10. Cẳng chân thon thẳng như nai (*ṛṣabha-jānu*; 脛如鹿王).

11. Thân thể cân đối ngay ngắn (*sama-vṛtta-kāya*; 身體端正).

12. Bắp tay tròn dài như cây Ni-câu-đà (*nyagrodha-parimaṇḍala*; 臂如尼拘樹).

13. Thân cao vững như trâu chúa (*nṛsiṃha-skandha*; 身如牛王).

14. Thân đo dang tay bằng nhau (*sama-pṛṣṭha*; 身長廣等).

15. Lông mọc thẳng, mềm mịn (*sama-loma*; 毛孔生順).

đem sức lực, người hầu mà bố thí, thì thành tựu mười lực[87] và

---

16. Lông xoáy theo chiều phải (*dakṣiṇa-varta-loma*; 毛上向右旋).

17. Da mịn màng sạch sẽ (*suślakṣṇa-tvag*; 皮膚細滑).

18. Da màu vàng ròng (*suvarṇa-varṇa*; 金色光明).

19. Ánh sáng quanh thân một tầm (*prabhāmaṇḍala*; 光明一尋).

20. Thân hình tráng kiện, ngay thẳng (*ṛju-kāya*; 身形端嚴).

21. Thân thể cân xứng, hài hòa (*sama-cchavī*; 體相調適).

22. Thân đầy đặn, tròn trịa (*sama-parimaṇḍala*; 身分圓滿).

23. Ngực như sư tử (*siṃha-hanu*; 胸如師子).

24. Vai tròn rộng (*pṛthu-skandha*; 肩廣平正).

25. Lông trắng giữa chặng mày (*ūrṇā-kośa*; 眉間白毫).

26. Thân như cây Ni-câu-đà (*nyagrodha-rūpa*; 身如尼拘樹).

27. Thân cao cân đối (*samapramāṇa*; 身量相稱).

28. Trán rộng và bằng phẳng (*bṛhat-lalāṭa*; 額廣平正).

29. Mắt xanh biếc, long lanh (*abhinīla-netra*; 眼青青淨).

30. Mi mắt như ngưu vương (*gopa-netra*; 牛王眼睫).

31. Bốn mươi răng trắng đều, khít, không kẽ hở (*catuḥśatadanta*; 齒白齊密).

32. Tiếng nói như Phạm âm (*brahma-svara*; 聲如梵音).

Ba mươi hai tướng này không chỉ là các dấu hiệu hình thể siêu việt, mà còn biểu thị công đức và phước trí vô lượng tích lũy trong vô số kiếp tu hành, khiến Như Lai vừa hiển bày uy lực siêu phàm, vừa khơi dậy niềm tin và lòng kính ngưỡng nơi chúng sinh.

87 Thập lực (十力; *daśa-bala*) chỉ mười loại trí lực đặc thù của Như Lai, được nêu trong nhiều kinh luận như *Trường A-hàm* (Dīgha-nikāya), *Tăng nhất A-hàm* (Ekottarikāgama), *Đại trí độ luận* (Mahāprajñāpāramitā-śāstra). Đây là mười sức mạnh của trí tuệ vô ngại, thành tựu do Phật chứng đắc, gồm: 1) Biết rõ xứ phi xứ trí lực (*sthānāsthānajñāna-bala*; 處非處智力),

bốn vô úy[88] của Phật.

---

tức trí biết điều gì có thể, điều gì không thể; 2) Biết rõ nghiệp báo ba đời trí lực (*karmavipāka-jñāna-bala*; 業異熟智力); 3) Biết rõ các thiền, giải thoát, tam-muội trí lực (*dhyāna-vimokṣa-samādhi-jñāna-bala*; 禪解脫三昧智力); 4) Biết rõ căn thượng hạ của chúng sinh (*indriyaparāpara-jñāna-bala*; 諸根勝劣智力); 5) Biết rõ các loại dục giải (*dhātu-jñāna-bala*; 種種勝解智力); 6) Biết rõ các loại thế giới (*sarvatragāmin-jñāna-bala*; 種種界智力); 7) Biết rõ túc mạng trí lực (*pūrvanivāsānusmṛti-jñāna-bala*; 宿住隨念智力); 8) Biết rõ sinh tử trí lực (*cyutyupapāda-jñāna-bala*; 生死智力); 9) Biết rõ lậu tận trí lực (*āsravakṣaya-jñāna-bala*; 漏盡智力); 10) Biết rõ diệt đạo trí lực (*kṣayākṣayajñāna-bala*; 苦盡道智力). Thập lực biểu thị sự viên mãn của Phật trí, khiến Ngài không sợ hãi, tự tại thuyết pháp, và khác hẳn với hàng Thanh văn, Bích-chi Phật. Đây cũng là nền tảng để khẳng định Phật là bậc Nhất thiết trí, đủ năng lực cứu độ tất cả chúng sinh.

88 Tứ vô sở úy" (四無所畏; *catur-vaiśāradya*) chỉ bốn sự vô úy, tức bốn trí lực đặc thù khiến Như Lai tự tại, không sợ hãi khi thuyết pháp, được nêu trong *Trường A-hàm* (Dīgha-nikāya), *Tăng nhất A-hàm* (Ekottarikāgama), và *Đại trí độ luận* (Mahāprajñāpāramitā-śāstra). Bốn vô sở úy gồm: 1) Chánh đẳng giác vô úy (*samyaksaṃbodhi-vaiśāradya*; 正等覺無畏), tức Phật tự biết rõ mình đã đoạn trừ hết lậu hoặc, chứng đắc Vô thượng Bồ-đề, không sợ lầm lẫn; 2) Lậu tận vô úy (*āsravakṣaya-vaiśāradya*; 漏盡無畏), tức Phật biết rõ các lậu hoặc đã dứt sạch, không còn tái sinh, không sợ bị nghi ngờ; 3) Chướng đạo vô úy (*āvaraṇa-vaiśāradya*; 說障道無畏), tức Phật biết rõ các pháp chướng ngại và con đường đoạn trừ chúng, không sợ bị chất vấn sai lầm; 4) Thuyết đạo vô úy (*mārga-vaiśāradya*; 說道無畏), tức Phật biết rõ con đường giải thoát, khéo léo thuyết giảng đạo pháp đưa đến diệt khổ, không sợ bị phản bác. Tứ vô sở úy cho thấy Đức Phật là bậc Đại sư vô thượng, thuyết pháp trong sự tự tin tuyệt đối, khế hợp cả chân lý tối hậu và phương tiện giáo hóa, làm chỗ nương tựa an ổn cho tất cả chúng sinh.

Tóm lại, cho đến quốc độ, thành quách, vợ con, đầu, mắt, tay, chân, thậm chí cả toàn thân mà đem bố thí, không chút lẫn tiếc, chỉ vì cầu vô thượng Bồ-đề, để độ thoát chúng sinh. Bồ-tát Ma-ha-tát khi tu hành bố thí thì không thấy có tài vật, không thấy có người cho, cũng không thấy có người nhận. Do vì vô tướng[89], nên gọi là Bố thí ba-la-mật (*dānapāramitā*).

---

89 vô tướng (*animitta*): bố thí không thấy có tài vật, thí giả, thọ giả. Đây là điểm quy chiếu về tam luân thể không (三輪體空; *trimaṇḍala-śūnyatā*), nguyên tắc căn bản trong tư tưởng Đại thừa, đặc biệt gắn liền với hạnh bố thí ba-la-mật (*dānapāramitā*): (1) năng thí giả (*dātṛ*; 施者), tức người cho, (2) sở thí vật (*deya*; 財物/所施), tức đối tượng hay vật được cho, và (3) thọ thí giả (*pratigrāhaka*; 受者), tức người nhận. Nếu còn chấp thật có một trong ba tướng này, thì hành động bố thí chưa viên mãn, bởi vẫn còn ngã, ngã sở và tha nhân. Tinh thần "thể không" (體空; *śūnyatā*) là thấy cả ba đều không có tự tính (*niḥsvabhāva*), chỉ là giả danh y trên duyên khởi (*pratītyasamutpāda*).

Điểm này được nêu rõ trong nhiều kinh luận Đại thừa: Kinh Kim Cang (*Vajracchedikā-prajñāpāramitā-sūtra*) dạy: "不應住色布施，不應住聲香味觸法布施。菩薩應如是布施，不住於相" (không nên trụ nơi sắc mà bố thí, không nên trụ nơi thanh, hương, vị, xúc, pháp mà bố thí; Bồ-tát nên bố thí như thế, không trụ nơi tướng). Đại trí độ luận (*Mahāprajñāpāramitā-śāstra* , T25, no.1509) của Long Thọ (Nāgārjuna; 龍樹) cũng triển khai "tam luân không" như yếu chỉ của bố thí, khẳng định chỉ khi ấy mới gọi là viên mãn ba-la-mật.

# PHẨM V: TRÌ GIỚI BA-LA-MẬT-ĐA[90]

Bồ-tát làm thế nào để thực hành trì giới? Nếu trì giới vì tự lợi, lợi tha hay cả hai lợi[91], thì sự trì giới ấy có khả năng trang nghiêm đạo Bồ-đề. Bồ-tát vì muốn điều phục chúng sinh, khiến họ thoát ly khổ não, cho nên trì giới.

Người tu trì giới, làm thanh tịnh tất cả nghiệp thân, khẩu, ý; đối với các hành vi bất thiện thì tâm có thể xả lìa, giỏi quở trách các hành động ác hạnh, ngăn dứt tội lỗi. Đối với những tội nhỏ cũng thường khởi tâm sợ hãi.

Hành trì giới mà mình tu tập, hướng về Bồ-đề, hóa độ chúng sinh khiến họ cùng được lợi ích như mình, đó gọi là *câu lợi*. Nhân tu trì giới, cho đến khi được ly dục, dứt sạch các lậu, thành bậc Vô thượng Chánh giác, đó gọi là trang nghiêm đạo Bồ-đề.

Đây gọi là tâm sơ khởi của Bồ-tát trong việc trì giới. Do thực hành trì giới nên xa lìa tất cả các lỗi lầm, thường sinh nơi lành, đó gọi là *tự lợi*. Giáo hóa chúng sinh khiến họ không phạm ác, đó gọi là *lợi tha*.

---

90 T1659_.32.0511c07: 發菩提心經論尸羅波羅蜜品第五

91 Hán nhấn mạnh ba mục tiêu: tự lợi, lợi tha, câu lợi; Phạn văn nêu *hitasukhaṁ* (an lạc lợi ích cho chúng sinh) và *ātmārtha* (tự lợi); *parārtha* (lợi tha).

Giới có ba loại: một là thân giới, hai là khẩu giới, ba là ý (tâm) giới[92].

(1) Giữ gìn thân giới là vĩnh viễn xa lìa mọi hành vi sát sinh, trộm cắp, tà dâm; không đoạt mạng sống, không xâm phạm tài sản của người, không phạm đến sắc dục bên ngoài. Lại cũng không tạo nhân duyên hay phương tiện cho việc sát hại, không dùng gậy gộc, cây gỗ, ngói đá để làm tổn thương chúng sinh.

Nếu vật thuộc về người khác, họ đang sử dụng, thì một cọng cỏ, một chiếc lá, không được cho thì quyết không lấy. Lại cũng chưa từng liếc mắt tà ý với sắc nhỏ nhặt, và trong bốn oai nghi (đi, đứng, nằm, ngồi) luôn cung kính, thận trọng, chu đáo, đó gọi là thân giới.

(2) Giữ khẩu giới là dứt trừ tất cả vọng ngữ, lưỡng thiệt, ác khẩu, ỷ ngữ; thường không dối trá, không gây chia rẽ người hòa hợp, không phỉ báng hủy báng, không dùng lời văn hoa phù phiếm, cũng không tạo phương tiện để làm não hại kẻ khác. Lời nói luôn chí thành, mềm mại, trung thực, đáng tin, thường đem lợi ích, khuyên hóa người tu thiện. Đó gọi là khẩu giới.

(3) Giữ ý (tâm) giới là trừ diệt tham dục, sân hận, tà kiến; thường tu tập tâm nhu hòa, không tạo tội lỗi. Tin chắc rằng tội nghiệp sẽ chiêu cảm ác báo, nên do sức tư duy mà không

---

92 Hán: 戒有三種，一者身、二者口、三者心; Phạn: *Śīlaṁ trividhikam: kāya-śīlaṁ, vāk-śīlaṁ, citta-śīlam.*

tạo các điều ác. Đối với tội nhỏ, luôn xem như nặng, nếu lỡ phạm thì sanh tâm sợ hãi, hối hận.

Đối với chúng sinh thì không khởi sân giận, thấy chúng sinh liền sanh tâm thương mến. Biết ân, báo ân, tâm không xan lẫn; vui thích tạo phúc đức để giáo hóa người, thường tu từ tâm, thương xót tất cả. Đó gọi là ý (tâm) giới.

Đây là thập thiện nghiệp giới[93]. Có năm lợi ích:

(1) có khả năng chế ngự các ác hạnh,

(2) có khả năng phát khởi thiện tâm,

(3) có khả năng ngăn che phiền não,

(4) thành tựu tâm thanh tịnh,

(5) có khả năng tăng trưởng giới.

Nếu người nào khéo tu hành, không phóng dật, đầy đủ chánh niệm để phân biệt thiện ác, thì nên biết rằng người ấy quyết định có thể tu trì thập thiện nghiệp giới.

Tám vạn bốn ngàn vô lượng phẩm giới đều được nhiếp thâu trong mười thiện giới. Chính mười thiện giới này có thể làm gốc cho tất cả các giới lành: dứt các điều ác nơi thân, khẩu, ý, có khả năng chế ngự hết thảy pháp bất thiện, nên gọi là giới.

Giới có năm loại:

(1) Ba-la-đề-mộc-xoa giới (*prātimokṣa-śīla*; 波羅提木叉戒),

(2) Định cộng giới (*samādhi-samprayukta-śīla*; 定共戒),

---

93 *daśa-kuśala-karmapatha-śīla*; 十善業戒

(3) Vô lậu giới (*anāsrava-śīla*; 無漏戒),

(4) Nhiếp căn giới (*indriya-saṃvara-śīla*; 攝根戒),

(5) Vô tác giới (*avijñapti-śīla*; 無作戒).

Tác pháp bạch tứ yết-ma[94], từ Tăng mà thọ lãnh, đó gọi là Ba-la-đề-mộc-xoa giới. Dựa nơi bốn thiền căn bản và bốn vị

---

94 羯磨; *karma*, Pāli: *kamma*: có gốc từ động từ *kṛ*, nghĩa là làm, hành động, tác nghiệp. Trong Phật giáo, ngoài nghĩa chung là *nghiệp*, trong Luật tạng *yết-ma* chỉ nghi thức hành sự tập thể (*karmavācā*) của Tăng đoàn, tức thủ tục biểu quyết và quyết định các việc quan trọng bằng hình thức tác bạch. Hình thức trọng yếu nhất là tác pháp bạch tứ yết-ma (*catur-karmavācā*), gồm một lần bạch (tuyên bố dự kiến hành sự) và ba lần yết-ma (ba lần hỏi). Nghi thức này nhằm hợp thức hóa các pháp sự như truyền giới, an cư, xử trị tỳ-kheo phạm giới. Theo *Tứ phần luật* (T1428, 058c): "一切羯磨，皆須依止，先作白，然後三唱，羯磨方成" – mọi yết-ma đều phải có tác bạch, sau ba lần xướng mới thành. Trong *Vinaya Piṭaka* (Cullavagga, PTS) cũng định rõ công thức *karmavācā*. Ý nghĩa pháp chế của yết-ma là bảo đảm tính tập thể, công khai và đúng luật trong mọi quyết nghị của Tăng đoàn, nhờ đó duy trì sự thanh tịnh, hòa hợp và kỷ cương của Tăng-già.

chí thiền[95], gọi là Định cộng giới. Cũng từ bốn thiền căn bản và vị chí thiền chưa đến, gọi là Vô lậu giới[96].

Thâu nhiếp các căn, tu tập tâm chánh niệm, đối với những gì thấy, nghe, giác tri ( sắc, thanh, hương, vị, xúc) mà không khởi tâm phóng dật, đó gọi là *nhiếp căn giới.*

Sau khi xả bỏ thân này, ở đời sau không còn tạo ác, đó gọi là *vô tác giới.*

Bồ-tát tu trì giới không đồng chung với Thanh văn (*śrāvaka*) và Duyên giác (*pratyekabuddha*), bởi do đặc tính "bất cộng" nên gọi là "thiện trì giới". Nhờ thiện trì giới mà có thể lợi ích hết thảy chúng sinh.

---

95 S: *upapatti-dhyāna* (未至禪; vị chí thiền) còn được gọi là "cận định; 近定", chỉ trạng thái tâm ngay trước khi chứng đắc căn bản thiền (*mūla-dhyāna*; 根本禪). Trong hệ thống A-tì-đạt-ma, đặc biệt qua. A-tì-đạt-ma Câu-xá luận (*Abhidharmakośabhāṣya*) của Thế Thân (T29, no.1558, quyển II, 14a), phân biệt hai loại định: (1) căn bản thiền (*mūla-dhyāna*), tức bốn tầng thiền chính, và (2) vị chí thiền (*upapatti-dhyāna*), là giai đoạn chuẩn bị, khi tâm đã lìa dục giới, an lập nơi cảnh thiền nhưng chưa hoàn toàn nhập thiền căn bản. Bản Phạn văn *Bodhicittotpāda-śāstra* dùng *catur-upapattidhyānāni*, Hán dịch "四未到禪", xác nhận đây là bốn cận định tương ứng với bốn căn bản thiền. Tính chất của vị chí thiền là "chuẩn bị định" (準備定), do đó trong truyền thống Hán tạng, thuật ngữ này thường được dịch đồng nghĩa với "cận định" (近定). Ý nghĩa học thuật: vị chí thiền không phải một loại thiền riêng biệt, mà là trạng thái trung gian, có công năng nhiếp trì giới–định, và được liệt kê trong hệ thống năm loại giới như một thành tố của "định cộng giới" (*samādhi-saṃprayukta-śīla*).

96 Hán: 根本四禪 、初禪未到，名無漏戒;

Phạn: *"catur-dhyānāni, prathamopapattidhyānaṁ anāsrava-śīlam"*.

Giữ từ tâm giới (maitrī-śīla; 慈心戒), vì cứu hộ chúng sinh khiến họ được an lạc.

Giữ bi tâm giới (karuṇā-śīla; 悲心戒), vì có thể nhẫn chịu mọi khổ đau, cứu vớt chúng sinh khỏi nguy nạn.

Giữ hỷ tâm giới (muditā-śīla; 喜心戒), vì hoan hỷ tu hành điều thiện không hề biếng trễ.

Giữ xả[97] tâm giới (upekṣā-śīla; 捨心戒), vì đối với kẻ oán, người thân đều bình đẳng, lìa ái và sân.

---

[97] Tứ vô lượng tâm (*brahmavihāra*; 四無量心) gồm từ (*maitrī*; 慈), bi (*karuṇā*; 悲), hỷ (*muditā*; 喜), xả (*upekṣā*; 捨). Trong kinh điển Pāli và Hán tạng, tứ vô lượng tâm thường được xem là pháp môn thiền định dẫn đến tâm vô lượng, làm nền tảng cho các cảnh giới Phạm thiên (xem *Dīgha-nikāya* 13, *Tevijja-sutta*; *Madhyama-āgama* T01, no.26, 454a). Tuy nhiên, trong hệ thống Đại thừa, tứ vô lượng tâm không chỉ giới hạn ở thiền định, mà còn được tích hợp trực tiếp vào hạnh giới (*śīla*), trở thành các phương diện của "tâm-giới" (*citta-śīla*).

Trong *Bodhicittotpāda-śāstra*, Thế Thân triển khai bốn loại tâm-giới: từ tâm giới (*maitrī-śīla*), bi tâm giới (*karuṇā-śīla*), hỷ tâm giới (*muditā-śīla*), xả tâm giới (*upekṣā-śīla*). Ý nghĩa là: giữ giới không chỉ ở mức kiêng tránh thân–khẩu–ý ác hạnh, mà còn phải nuôi dưỡng tâm hành vô lượng, làm lợi ích chúng sinh. Từ đây, giới và tâm định được nối kết: giới trở thành phương tiện duy trì và triển hiện tứ vô lượng tâm; còn tứ vô lượng tâm trở thành nội dung sống động của giới Bồ-tát.

Trong văn mạch A-tì-đạt-ma Hữu bộ, tứ vô lượng tâm được xếp vào thiện tâm sở, có thể tương ưng với căn bản định, song không được xem như một loại giới độc lập. Điểm đặc thù của Đại thừa là nâng tứ vô lượng tâm thành **tâm-giới**: lấy từ để cứu hộ chúng sinh (*hitasukha-karaṇa*), lấy bi để chịu khổ thay và giải thoát nạn (*duḥkha-sahana, duḥkha-vinivartana*), lấy hỷ để khích lệ không biếng trễ (*kuśalānuśaṁsā-samprahāṇa*), và lấy xả để bình đẳng đối với oán–thân (*mitrāmitra-sama-darśana*). Như vậy,

Giữ giới bố thí (惠施戒)[98], vì có thể giáo hóa, điều phục các chúng sinh.

Giữ giới an nhẫ, vì tâm thường nhu hòa, không còn sân hận chướng ngại.

Giữ giới tinh tấn, vì các thiện nghiệp ngày ngày tăng trưởng, không thoái chuyển.

Giữ giới thiền định, vì xa lìa dục và điều bất thiện, làm cho các chi thiền tăng trưởng.

Giữ giới trí tuệ, vì do đa văn, thiện căn không biết chán đủ.

Giữ giới thân cận thiện tri thức, vì trợ giúp thành tựu đạo Bồ-đề vô thượng.

Giữ giới xa lìa ác tri thức, vì có thể lìa khỏi ba ác đạo và tám nạn xứ[99].

---

tứ vô lượng tâm trở thành cốt lõi trong Bồ-tát giới (*bodhisattva-śīla*), biểu thị sự bất cộng với giới Thanh văn và Duyên giác, và là bước nối giữa giới (*śīla*) và Ba-la-mật (*pāramitā*).

98 惠施戒 ; s: *dāna-śīlam*: giới bố thí.

99 八難處; *aṣṭākṣaṇa*; bát nạn xứ: là tám hoàn cảnh bất lợi, khiến chúng sinh khó có cơ hội nghe pháp, tu tập và chứng đạo. Thuật ngữ này thường xuất hiện trong các kinh điển Đại thừa và A-tì-đạt-ma, như *Abhidharmakośabhāṣya* (Câu-xá luận, T29, no.1558, 99c), *Mahāyānasūtrālaṁkāra* (Đại thừa trang nghiêm kinh luận), và nhiều kinh tạng Hán dịch. Tám nạn gồm: (1) địa ngục (*naraka*; 地獄), (2) ngạ quỷ (*preta*; 餓鬼), (3) súc sinh (*tiryak*; 畜生), (4) trường thọ thiên (*dīrghāyuṣa-deva*; 長壽天), (5) biên địa nơi không có Phật pháp (*pratyantajanapada*; 邊地), (6) làm người ngu si, điếc câm, cuồng loạn (*mūka-jadya*; 愚癡), (7) sinh vào thế gian không có Phật, không nghe được chính pháp (*anāgatabuddha-kāla*; 佛前佛後), (8) sinh vào nơi có tà kiến ngoại đạo (*mithyādṛṣṭi*; 邪見). Các nạn này làm chướng ngại việc phát tâm và tu học đạo giải thoát, nên được

Bồ-tát giữ giới thanh tịnh thì không nương vào Dục giới, không gần Sắc giới, không trụ nơi Vô sắc giới, đó là thanh tịnh giới.

Xả lìa bụi dục, trừ bỏ chướng ngại của sân hận, diệt trừ sự che lấp của vô minh, đó là thanh tịnh giới.

Xa lìa hai bên đoạn và thường, không trái nghịch nhân duyên, đó là thanh tịnh giới. Không chấp nơi tướng giả danh của sắc, thọ, tưởng, hành, thức, đó là thanh tịnh giới.

Không hệ buộc nơi nhân[100], không khởi các kiến chấp, không trụ vào nghi hối, đó là thanh tịnh giới. Không an trụ trong ba bất thiện căn là tham, sân, si, đó là thanh tịnh giới.[101]

---

gọi là "tám nạn xứ". Bồ-tát trì giới xa lìa ác tri thức, lìa ba ác đạo và tám nạn, là để bảo đảm duyên thù thắng cho sự phát khởi và tăng trưởng Bồ-đề tâm.

100 不繫於因: ý nghĩa nhấn mạnh tinh thần giới học Đại thừa không chỉ dừng ở hình thức ngăn ngừa tội lỗi, mà còn siêu việt mọi chấp trước. "Không hệ buộc nơi nhân" nghĩa là không chấp thủ vào nhân duyên thiện ác đã tạo;. Giới trong nghĩa này chính là giới thanh tịnh (*śīla-viśuddhi*), nền tảng của Bồ-tát hạnh, giúp hành giả vừa giữ gìn oai nghi, vừa siêu thoát khỏi mọi trói buộc tâm thức, khiến giới thể trở thành phương tiện an lập trong chánh trí và đại bi.

101 Quan niệm giới thanh tịnh (*śuddha-śīla*) trong Đại thừa vượt khỏi phạm vi chế định luật nghi, mà gắn liền với quán chiếu duyên khởi, xa lìa nhị biên, vô ngã, vô tướng. Điều này đánh dấu sự khác biệt căn bản giữa giới Bồ-tát và giới Thanh văn: không chỉ phòng hộ thân–khẩu–ý, mà còn đoạn trừ tận gốc phiền não và tà kiến, để làm nền tảng cho trí tuệ giải thoát.

Thanh tịnh giới (*śuddha-śīla*; 淨戒) trong Đại thừa không chỉ được hiểu như sự gìn giữ các học giới nơi thân, khẩu, ý theo nghĩa chế định, mà còn

Không an trụ nơi ngã mạn, kiêu mạn, tăng thượng mạn, mạn quá mạn, đại mạn, mà luôn nhu hòa, thiện thuận, đó là thanh tịnh giới.

Trước cảnh thịnh suy, hủy dự, khen chê, khổ vui mà tâm không dao động, đó là thanh tịnh giới.

Không nhiễm nơi giả danh hư vọng của tục đế, mà thuận hợp với nghĩa chân đế, đó là thanh tịnh giới.

Không não loạn, không nóng nảy, lặng lẽ tịch tĩnh, xa lìa các tướng, đó là thanh tịnh giới.

Tóm lại, cho đến khi không tiếc thân mạng, quán tưởng vô thường mà sanh tâm yểm ly, siêng tu các thiện căn, tinh tấn dũng mãnh, đó là thanh tịnh giới.

Bồ-tát Ma-ha-tát tu hành trì giới mà không thấy có tâm thanh tịnh để nắm giữ, bởi vì lìa các tướng, nên gọi là viên mãn Thi-la ba-la-mật *(śīla-pāramitā)*.

---

là cảnh giới tu chứng vượt ngoài hình thức giới luật, lấy trí tuệ quán chiếu làm cốt lõi. Trong bối cảnh này, "thanh tịnh giới" không còn đơn thuần là sự phòng hộ hành vi, mà chính là sự hiển lộ của tâm vô tướng (*animitta*), không trụ nơi pháp hữu vi, không vướng mắc nơi kiến chấp, nghi hối. Giới thanh tịnh trong Đại thừa do đó được xem là nền tảng của Bát-nhã (*prajñā*), gắn liền với tuệ giác về Không (*śūnyatā*). Nhờ vậy, giới Bồ-tát mang tính "bất cộng" với giới Thanh văn và Duyên giác: thay vì chỉ chế ngự tội ác, nó còn tích cực kiến lập trí tuệ vô ngã, trở thành phương tiện để trang nghiêm Bồ-đề và lợi ích tất cả chúng sinh.

# PHẨM VI: AN NHẪN BA-LA-MẬT-ĐA[102]

Thế nào là Bồ-tát tu hạnh nhẫn[103]? Nếu nhẫn là vì tự lợi, lợi tha, hoặc cả hai, thì nhẫn như vậy chính là có thể trang

---

[102] T1659_.32.0512b12: 發菩提心經論羼提波羅蜜品第六

[103] Vô sinh pháp nhẫn (*anutpattika-dharma-kṣānti*; 無生法忍) là đỉnh cao của hạnh nhẫn trong Đại thừa. Về mặt từ nguyên, *kṣānti* không chỉ mang nghĩa "kham nhẫn" (忍辱), mà còn bao gồm khả năng chấp nhận và an trú trong chân lý tối hậu. Thành tố *anutpattika* (無生) có nghĩa là "không sinh khởi", "vốn chẳng sanh"; ghép với *dharma* (法) và *kṣānti* (忍), hợp thành ý nghĩa: "sự nhẫn chịu/tiếp nhận các pháp vốn không sinh". Trong văn hệ Bát-nhã (*Aṣṭasāhasrikā Prajñāpāramitā*, T08, no.227, 563c; bản Phạn ed. Vaidya, p. 110), vô sinh pháp nhẫn được xem là chứng ngộ thâm sâu: Bồ-tát khi quán sát tất cả pháp, thấy rõ tự tính vốn không sinh, không diệt, mà tâm không sợ hãi, không thoái chuyển.

Các dịch giả Hán văn như Cưu-ma-la-thập (Kumārajīva; 鳩摩羅什) và Huyền Trang (玄奘) thường để nguyên âm *kṣānti* bằng tiếng phiên âm sằn-đề (羼提), để bảo tồn nghĩa triết học đặc thù này, bởi nếu chỉ dịch là "nhẫn nhục" (忍辱), ý nghĩa sẽ bị thu hẹp vào phạm vi đạo đức hành vi (chịu đựng sự xúc phạm, đau khổ). Trái lại, sằn-đề (羼提) như một thuật ngữ chuyên biệt chỉ năng lực tuệ giác: chấp nhận vô ngã, vô sinh, vô tướng, vô tác.

Trong truyền thống luận sư Đại thừa, như Thế Thân (Vasubandhu) trong *Bodhicittotpāda-śāstra* và Long Thọ (Nāgārjuna) trong *Mūlamadhyamakakārikā* (根本中論頌, T30, no.1564), vô sinh pháp nhẫn được xem là biểu hiện của trí tuệ Bát-nhã (*prajñā*), bởi chỉ khi nhẫn thọ chân lý "các pháp vốn vô sinh" thì mới không khởi phân biệt, không nghiêm đạo Bồ-đề. Bồ-tát vì muốn điều phục chúng sinh, khiến họ xa lìa khổ não, nên tu tập hạnh nhẫn.

Người tu hạnh nhẫn tâm thường khiêm hạ đối với tất cả chúng sinh, không hành theo sự cứng cỏi kiêu mạn, thấy kẻ thô bạo thì khởi tâm thương xót, lời nói luôn nhu hòa, khuyến khích và giáo hóa người tu thiện. Người ấy cũng có khả năng phân biệt, chỉ bày rõ ràng sự sai khác giữa quả báo của sân hận và quả báo của nhẫn. Đó gọi là tâm nhẫn ban sơ của Bồ-tát.

Do tu hạnh nhẫn nên xa lìa các điều ác, thân tâm được an lạc, đó gọi là tự lợi. Giáo hóa và dẫn dắt chúng sinh khiến họ đều hòa thuận, đó gọi là lợi tha. Lấy sự tu tập vô thượng đại nhẫn của mình mà hóa độ chúng sinh, khiến họ cùng được lợi ích như mình, đó gọi là câu lợi.

Nhờ tu nhẫn nên được tướng mạo đoan chánh, được mọi người tôn kính, cho đến khi thành Phật có đủ những tướng hảo thù thắng[104], đó gọi là trang nghiêm đạo Bồ-đề.

Nhẫn có ba loại, gọi là thân, khẩu, và ý.

Thế nào là thân nhẫn? Nếu kẻ khác khởi ác tâm xâm hại, phỉ báng, đánh đập cho đến làm thương tổn, người ấy đều có

---

còn sợ hãi, và mới thật sự bước vào cảnh giới Bồ-tát bất thoái chuyển (*avaivartika*). Như vậy, vô sinh pháp nhẫn là điểm then chốt nối kết giữa hạnh nhẫn (*kṣāntipāramitā*) và trí tuệ (*prajñāpāramitā*), đồng thời minh chứng vì sao trong nhiều kinh văn Đại thừa, thuật ngữ *kṣānti* được phiên âm sằn-đề (羼提) thay vì dịch ý nhẫn nhục (忍辱).

104 Hán: “獲得端政、人所宗敬，乃至得佛上妙相好; Phạn: *janmāntare 'py avasthito duḥkheṣu ... śānto bhavati ... yāvat prāṇāparityāgaḥ ... bhagavataḥ śarīra-lakṣaṇānām* (được tôn kính, và đến khi thành Phật có đầy đủ tướng hảo).

thể chịu đựng; hoặc thấy các chúng sinh gặp cảnh nguy bức, sợ hãi, thì lấy thân mình thay cho họ mà không biết mệt mỏi, đó gọi là thân nhẫn.

Thế nào là khẩu nhẫn? Nếu gặp người mắng chửi thì lặng lẽ chịu đựng mà không đáp trả; nếu gặp kẻ vô lý đến hạch hỏi, thì dùng lời nhu hòa để thuận theo; nếu gặp sự vu cáo, lời phỉ báng vô cớ, đều phải chịu đựng, đó gọi là khẩu nhẫn.

Thế nào là ý (tâm) nhẫn? Nếu thấy người sân hận thì trong tâm không ôm oán hận; nếu có kẻ đến quấy nhiễu thì tâm không rối loạn; nếu có người chê bai, hủy nhục thì tâm cũng không sinh lòng oán thù, đó gọi là ý (tâm) nhẫn.

Trong đời, sự đánh đập có hai loại: một là thật, hai là oan.

Nếu thật có tội lỗi, khi có người nghi ngờ mà đánh mắng ta, thì tự mình nên an nhẫn, như uống cam lộ. Đối với người ấy, lại nên khởi tâm cung kính. Vì sao? Vì người đó khéo làm sự răn dạy, điều phục ta, khiến ta được lìa các tội lỗi.

Nếu bị kẻ khác vô cớ khởi ác tâm làm thương hại, thì nên tự suy nghĩ: "Nay ta không có tội, hẳn là do nghiệp đời trước đã chiêu cảm." Do vậy, cũng nên an nhẫn. Lại cần tư duy: "Thân này do bốn đại giả hợp, năm uẩn duyên hội, vậy thì ai là kẻ bị đánh?" Lại quán xét người kia như kẻ si cuồng, ta nên khởi tâm thương xót, cớ sao lại không thể an nhẫn?

Lại nữa, lời mắng chửi cũng có hai loại: một là thật, hai là hư.

Nếu là nói thật, thì ta nên sanh tâm hổ thẹn. Nếu là hư vọng, không liên hệ gì đến ta, thì giống như tiếng vang, như cơn gió thoảng qua, chẳng hề làm tổn hại; do đó, cũng nên an nhẫn.

Đối với sân hận cũng lại như thế. Khi có kẻ khởi tâm sân với ta, ta phải an nhẫn chịu đựng. Nếu ta lại khởi sân đối với người kia, thì trong đời vị lai ắt sẽ đọa vào ác đạo, chịu khổ não lớn. Vì nhân duyên ấy, dù thân này có bị chặt chém, phân thây, cũng không nên khởi tâm sân hận, mà cần quán xét sâu xa nhân duyên nghiệp quá khứ, đồng thời tu tập tâm từ bi, thương xót tất cả chúng sinh[105].

Nếu ngay cả những nỗi khổ nhỏ bé như vậy mà còn không thể chịu đựng, thì ta cũng không thể tự điều phục được tâm mình; vậy làm sao có thể điều phục chúng sinh, khiến họ giải thoát khỏi tất cả pháp ác mà chứng đắc quả vị vô thượng? Nếu có người trí tuệ ưa tu hạnh an nhẫn, thì người ấy thường được tướng mạo đoan chánh, nhiều của báu, được mọi người thấy đều vui mừng, cung kính, quy phục và thuận theo.

Lại nên quán xét: nếu có người hình thể tàn tật, dung mạo xấu ác, các căn không đầy đủ, hoặc nghèo thiếu tài vật, thì nên biết đều do nhân duyên của sân mà chiêu cảm. Vì nhân duyên ấy, người trí phải nên thâm sâu tu tập an nhẫn.

Nhân duyên phát khởi an nhẫn có mười điều:

1. Không quán vào tướng ngã và ngã sở.

---

[105] Trong A-tì-đạt-ma, **sân** (dveṣa; 瞋) là một trong ba căn bất thiện, có quả báo chính là đọa địa ngục, thiêu hủy công đức đã tu tập. Ngược lại, sằn-đề/ nhẫn (kṣānti; 羼提/忍) thuộc thiện tâm sở, có công năng đối trị sân, giữ tâm nhu hòa. Đại thừa mở rộng ý nghĩa này thành Vô sinh pháp nhẫn (*anutpattika-dharma-kṣānti*; 無生法忍), tức tuệ giác thấy các pháp vốn không sinh, nên không khởi sân. Nghiệp quả: sân đưa đến khổ báo lớn, còn an nhẫn đem lại an lạc hiện đời, được kính mến, và rốt ráo thành tựu Bồ-đề.

2. Không nhớ nghĩ đến dòng họ, chủng tộc.
3. Phá trừ kiêu mạn.
4. Khi gặp điều ác không báo trả.
5. Quán tưởng vô thường.
6. Tu tập tâm từ bi.
7. Tâm không phóng dật.
8. Xả bỏ đói khát, khổ vui và các duyên trái thuận.
9. Đoạn trừ sân hận.
10. Tu tập trí tuệ.[106]

Nếu người nào có thể thành tựu mười điều như trên, thì nên biết rằng người ấy có khả năng tu tập hạnh an nhẫn. Khi Bồ-tát ma-ha-tát tu tập an nhẫn thanh tịnh rốt ráo, nếu nhập nơi Không, Vô tướng, Vô nguyện, Vô tác, mà không cùng các kiến, giác, nguyện, tác hòa hợp, cũng không chấp trước nơi Không, Vô tướng, Vô nguyện, Vô tác; bởi vì tất cả kiến, giác, nguyện, tác đều là Không. An nhẫn như vậy là không hai tướng, gọi là an nhẫn thanh tịnh rốt ráo.

Nếu nhập nơi sự tận các kết, nhập nơi tịch diệt, mà không cùng các kết của sanh tử hòa hợp, cũng không chấp vào sự

---

[106] Cấu trúc mười điều trong Hán văn hoàn toàn tương ứng với "daśa kṣānti-hetavaḥ" trong Phạn văn, tuy văn cú khác nhau. Một số chỗ Hán diễn ý, Phạn nói trực tiếp (ví dụ: Hán: "斷除瞋恚"; Phạn: "*na dveṣaḥ pratyutpannaḥ*"). Ý nghĩa chung: nhẫn không chỉ là thái độ chịu đựng bên ngoài, mà là một tiến trình nội tâm: phá chấp ngã, quán vô thường, tu từ bi, xa lìa phóng dật, lấy trí tuệ soi sáng. Đây là điểm đặc thù trong Đại thừa, đã nâng *sằn-đề/nhẫn* (*kṣānti*) từ phạm trù đạo đức lên phạm trù tuệ giác.

tận kết, tịch diệt; bởi vì các kết sanh tử đều là Không. An nhẫn như vậy là không hai tướng, gọi là an nhẫn thanh tịnh rốt ráo.

Nếu thấy bản tánh không tự sinh, không từ người khác sinh, không từ sự hòa hợp mà sinh, cũng không có xuất khởi nào khác, không thể bị phá hoại; cái không thể phá hoại ấy cũng là cái không thể tận diệt. An nhẫn như vậy là không hai tướng[107], gọi là an nhẫn thanh tịnh rốt ráo.

---

[107] Khái niệm bất nhị tướng (不二相; *advaya-lakṣaṇa*) là một phạm trù then chốt trong Đại thừa, gắn liền với cả hạnh an nhẫn (*kṣānti*) lẫn trí tuệ Bát-nhã (*prajñā*). Từ nguyên *advaya* (不二) nghĩa là "không hai", "bất nhị", tức vượt khỏi mọi phân biệt nhị nguyên như có/không, sinh/diệt, hữu vi/vô vi, luân hồi/Niết-bàn. Trong văn hệ Bát-nhã (như *Aṣṭasāhasrikā Prajñāpāramitā*, T08, no.227, 548b; ed. Vaidya p. 60), tất cả pháp đều được quán sát là Không (*śūnyatā*), nên không còn chỗ cho "hai tướng" đối đãi.

Khi được áp dụng vào hạnh an nhẫn, "bất nhị tướng" có nghĩa là: Bồ-tát không còn thấy có kẻ hại (năng đối), người bị hại (sở đối), cũng không còn thấy chính mình là kẻ đang nhẫn chịu. Đây chính là tinh thần tam luân thể không trong an nhẫn ba-la-mật. Do đó, an nhẫn được nâng từ mức đạo đức (chịu đựng khổ nhục) lên mức tuệ giác (thể nhập Không).

Trong hệ thống Bát-nhã, "bất nhị" không phải là xoá bỏ sai biệt, mà là nhận ra bản chất Không của các sai biệt ấy. Vì vậy, khi kinh văn nói "如是忍者是無二相，是名清淨畢竟忍", tức là xác định rằng hạnh an nhẫn rốt ráo chính là an trú trong tuệ bất nhị của Bát-nhã: không chấp thủ đối tượng, không chấp thủ chủ thể, không chấp thủ hành vi, mà tất cả đều thấy như huyễn, như mộng, như ảnh. Từ góc nhìn triết học, "bất nhị tướng" của an nhẫn là chiếc cầu nối trực tiếp giữa kṣāntipāramitā và prajñāpāramitā, làm rõ rằng chỉ khi thể nhập trí tuệ Không thì hạnh nhẫn mới viên mãn thành Vô sinh pháp nhẫn (*anutpattika-dharma-kṣānti*).

Nếu biết rằng không hữu tác cũng không phi tác, không có chỗ nương tựa, không có phân biệt, không có trang nghiêm, không có tu sửa, không có phát tiến, rốt ráo không có tạo sinh, thì an nhẫn như vậy gọi là *Vô sinh pháp nhẫn*.

Như vậy, Bồ-tát tu hành hạnh an nhẫn thì được thọ ký an nhẫn[108]. Khi Bồ-tát Ma-ha-tát tu hành an nhẫn, quán tính và tướng đều rốt ráo là Không, không còn thấy có chúng sinh, thì đó là đầy đủ hạnh An nhẫn ba-la-mật.

*(Hết quyển thượng bản Hán)*

---

[108] S: *vyākaraṇa-kṣānti* 受記忍; thuật ngữ xuất hiện trong kinh luận Đại thừa, gắn liền với hạnh an nhẫn (*kṣānti*). Từ *vyākaraṇa* nghĩa là "thọ ký", "lời tuyên thọ" mà chư Phật ban cho Bồ-tát khi thấy công hạnh của họ đã bất thoái chuyển. Do đó, *vyākaraṇa-kṣānti* có thể hiểu là "sự an nhẫn dẫn đến hoặc tương ưng với thọ ký". Trong *Bodhicittotpāda-śāstra* (Phẩm *Kṣāntipāramitā*), khi Bồ-tát tu tập an nhẫn đến mức "tính tướng đều Không, không còn thấy có chúng sinh", thì được gọi là thành tựu *thọ ký nhẫn*. Nghĩa là, nhẫn không còn ở mức chịu đựng ngoại cảnh, mà trở thành năng lực thể nhập tánh không (*śūnyatā*), qua đó hiển lộ trạng thái bất thoái chuyển (*avaivartika*). Từ đây, Bồ-tát được chư Phật ấn chứng và thọ ký cho quả vị Vô thượng Bồ-đề trong tương lai.

Khác với *vô sinh pháp nhẫn* (*anutpattika-dharma-kṣānti*), vốn thiên về quán trí thấy các pháp vốn vô sinh, *thọ ký nhẫn* nhấn mạnh khía cạnh thành tựu công hạnh nhẫn mà được chư Phật ấn chứng. Hai loại này thường được nhắc song hành trong văn hệ Bát-nhã và các luận Đại thừa (như *Daśabhūmika-sūtra* và *Śikṣāsamuccaya* của Śāntideva). Như vậy, thọ ký nhẫn là dấu hiệu khẳng định rằng hạnh nhẫn của Bồ-tát đã vượt qua mọi chướng ngại, tiến vào địa vị chắc chắn của Bồ-đề.

# PHẨM VII: TINH TẤN BA-LA-MẬT-ĐA[109]

Bồ-tát tu hành tinh tấn[110] như thế nào? Nếu tinh tấn do tự lợi, vì lợi tha, hay cả hai cùng lợi, thì tinh tấn ấy có thể trang nghiêm đạo Bồ-đề.

Bồ-tát vì muốn điều phục chúng sinh, khiến họ lìa khỏi khổ não, nên tu hạnh tinh tấn. Người tu tinh tấn, ở mọi thời đều siêng năng tu tập hạnh phạm hạnh thanh tịnh[111], dứt bỏ tâm biếng lười, không buông lung[112], dẫu gặp khó khăn hay việc chẳng đem lại lợi ích, tâm vẫn thường chuyên cần, rốt ráo không thối thất[113]. Đó gọi là tâm tinh tấn sơ khởi của Bồ-tát.

---

[109] T1659_.32.0513a19: 毘梨耶波羅蜜品第七

[110] S: *vīrya* 精進; gốc từ *vīra* (anh dũng, dõng mãnh). Ở đây không chỉ nghĩa "siêng năng", mà là sức mạnh tinh thần của dũng sĩ Bồ-tát, gắn với Phạm hạnh và tâm đại bi. Tinh tấn gắn với Phạm hạnh thanh tịnh (*pariśuddhaṁ brahmacaryaṁ*).

[111] S: *pariśuddhaṁ brahmacaryaṁ;* 清淨梵行 (phạm hạnh thanh tịnh), chỉ cho toàn bộ công hạnh Bồ-tát hướng đến giải thoát, không chỉ trì giới, mà cả sự tận hiến lợi tha.

[112] 捨離怠慢心不放逸; s: *na pramajjati, nālasaḥ*: lìa sự biếng trễ và tâm phóng dật. Phạn văn nhấn mạnh trạng thái bất phóng dật (*apramāda*) như một yếu tố trọng yếu của tinh tấn.

[113] 於諸艱難不饒益事**...** 終不退沒; s: *kṛcchrāṇy api... nālasaḥ pratyāvartate*: dù đối diện khó khăn hay thất bại, tâm Bồ-tát vẫn không thối chuyển (*avaivartika*). Đây là điểm then chốt: tinh tấn Bồ-tát không tùy thuộc hoàn cảnh lợi hại, mà đặt nền tảng trên nguyện.

Do tu tập tinh tấn, Bồ-tát có thể đạt được các thiện pháp thù thắng thế gian và xuất thế gian, đó gọi là tự lợi.

Giáo hóa chúng sinh khiến họ siêng tu các điều lành, đó gọi là lợi tha. Lấy chánh nhân của Bồ-đề mà mình đã tu tập để hóa độ chúng sinh, khiến họ cùng được lợi ích như mình, đó gọi là cả hai cùng lợi.

Nhờ tu tập tinh tấn, Bồ-tát đạt được quả thanh tịnh thù thắng[114], vượt qua các địa[115], cho đến mau chóng thành Chánh giác. Đó gọi là trang nghiêm đạo Bồ-đề.

---

[114] 上妙善法; s: *loka-uttara-kuśaladharma*: các thiện pháp thù thắng siêu thế, tức công đức thuộc Thánh đạo (định, tuệ, giải thoát).

[115] Bhūmi (地) trong Bồ-tát đạo là thuật ngữ chỉ các nấc thang tu chứng được hệ thống hóa trong Đại thừa, đặc biệt trong *Thập địa kinh* (*Daśabhūmika-sūtra*) và *Hoa nghiêm kinh* (*Avataṁsaka-sūtra*). Từ nguyên *bhūmi* xuất phát từ căn *bhū*, nghĩa là đất, nền, tầng, được chuyển nghĩa thành giai vị tu chứng. Trong truyền thống Đại thừa, *bhūmi* được xác định là mười địa: (1) Hoan hỷ địa (pramuditā), (2) Ly cấu địa (vimalā), (3) Phát quang địa (prabhākarī), (4) Diệm huệ địa (arciṣmatī), (5) Nan thắng địa (sudurjayā), (6) Hiện tiền địa (abhimukhī), (7) Viễn hành địa (dūraṁgamā), (8) Bất động địa (acalā), (9) Thiện tuệ địa (sādhumatī), (10) Pháp vân địa (dharmameghā). Các địa này biểu trưng cho tiến trình Bồ-tát từ khi phát tâm đến gần quả vị Phật, gắn với sự viên mãn tuần tự của các ba-la-mật. Trong *Bodhicittotpāda-sūtra-śāstra* (Phẩm VII, Vīryapāramitā), Phạn văn ghi: paramapāramitā-saṁprasthitādhikārāt sa bhūmiṁ yāvat kleśān puruṣo 'yaṁ samyak abhiniṣpadyate, Hán dịch: "因修精進... 超越諸地乃至速成正覺." Cụm từ "siêu việt chư địa" không có nghĩa bỏ qua các địa, mà chỉ sự vượt thắng và thành tựu tuần tự: nhờ tinh tấn (vīrya), Bồ-tát đoạn trừ phiền não, vượt qua chướng ngại ở từng địa, không thủ trụ vào công đức đã thành, luôn tiến lên địa cao hơn. Ý nghĩa giáo lý ở đây là bhūmi là lộ trình tất yếu, và nhờ sức mạnh tinh tấn, Bồ-tát thành tựu và

Tinh tấn có hai loại: một là vì cầu Vô thượng đạo mà khởi tinh tấn, hai là vì muốn rộng độ chúng sinh thoát khổ mà phát tâm tinh tấn.

Bồ-tát thành tựu mười niệm, mới có thể phát tâm siêng năng tu hạnh tinh tấn.

Thế nào là mười niệm[116]?

(1) Một là niệm Phật, quán công đức vô lượng.

---

siêu vượt từng địa từ (1) Hoan hỷ địa cho đến (10) Pháp vân địa, rồi hướng đến Đẳng giác, Diệu giác, thành tựu viên mãn Bồ-đề.

[116] Trong bản Phạn, mười niệm (*daśa-anusmṛti*) được liệt kê là

1. *buddhānusmṛti* (niệm Phật)
2. *dharmānusmṛti* (niệm Pháp)
3. *saṅghānusmṛti* (niệm Tăng)
4. niệm về *mahāmaitrī* (đại từ)
5. niệm về *mahākaruṇā* (đại bi)
6. *smṛty-anuśikṣāṇa* (niệm chánh định, huấn luyện tâm thiện)
7. *mithyā-samādhi-abhisamaya-smṛti* (niệm tà định, để đưa trở về chánh định)
8. *prāṇānusmṛti* (niệm về chúng sinh đói khát, chỉ cho ngạ quỷ)
9. *tīrthānusmṛti* hoặc trong dị bản: *paśvānusmṛti* (niệm súc sinh, khổ dài lâu).
10. *nakṣatrānusmṛti*, trong một số dị bản ghi *narakānusmṛti* (niệm địa ngục).

Bản Hán thiên về “tam ác đạo” (ngạ quỷ, súc sinh, địa ngục), trong khi Phạn bản gốc có sự pha trộn giữa niệm tà định, niệm tinh tú, niệm ngoại đạo. Điều này phản ánh dị truyền trong quá trình phiên dịch và truyền thừa.

(2) Hai là niệm Pháp, quán sự giải thoát chẳng thể nghĩ bàn.

(3) Ba là niệm Tăng, quán thanh tịnh không nhiễm.

(4) Bốn là niệm hạnh đại từ, an lập chúng sinh.

(5) Năm là niệm hạnh đại bi, cứu vớt và giải thoát chúng sinh khỏi khổ đau.

(6) Sáu là *niệm* chánh định tụ, khuyên chúng sinh ưa thích tu điều thiện.

(7) Bảy là *niệm* tà định tụ, khởi tâm cứu vớt khiến chúng sinh trở về nguồn gốc chánh định.

(8) Tám là niệm các loài ngạ quỷ, chịu khổ đói khát và nóng bức.

(9) Chín là niệm các loài súc sinh, chịu khổ dài lâu.

(10) Mười là niệm chúng sinh nơi địa ngục, chịu đủ hình phạt thiêu đốt và nấu sôi.

Bồ-tát tư duy mười niệm như vậy, tự nhủ rằng: công đức Tam bảo, ta phải siêng năng tu tập; tâm từ bi và chánh định, ta phải khuyến khích và thực hành; đối với chúng sinh nhiễm tà định và trong ba ác đạo, ta phải phát tâm cứu vớt.

Như vậy, khi tư duy như thế, tâm chuyên nhất không loạn, ngày đêm siêng tu không hề dừng nghỉ, đó gọi là có khả năng khởi chánh niệm tinh tấn[117]. Lại nữa, tinh tấn của Bồ-tát có bốn điều, gọi là tu tập Tứ chánh cần:

---

[117] 正念精進; s: *na pramajjati... vīrya-cittaṁ*, nghĩa là tinh tấn dựa trên bất phóng dật (*apramāda*) và chánh niệm (*smṛti*). Tinh tấn không chỉ là siêng năng, mà là nỗ lực có định hướng, an trú trong chánh niệm.

(1) các ác pháp chưa sinh thì ngăn chặn khiến chúng không khởi;

(2) các ác pháp đã sinh thì mau chóng đoạn trừ;

(3) các thiện pháp chưa sinh thì dùng phương tiện khiến chúng phát sinh;

(4) các thiện pháp đã sinh thì tu tập làm cho đầy đủ và tăng trưởng.

Bồ-tát tu Tứ chánh cần như vậy, không hề dừng nghỉ, gọi là tinh tấn.

Đây là hạnh tinh tấn chuyên cần[118], có khả năng phá hoại tất cả cảnh giới phiền não, làm tăng trưởng chánh nhân vô thượng Bồ-đề. Nếu Bồ-tát có thể chịu đựng tất cả nỗi khổ lớn từ thân tâm vì muốn an lập chúng sinh mà không hề mệt mỏi, đó gọi là tinh tấn.

Bồ-tát xa lìa các thứ tinh tấn tà vạy, quanh co, không chân thật, mà tu tập chánh tinh tấn, tức là siêng tu tín, thí, giới, nhẫn, định, tuệ, cùng từ, bi, hỷ, xả[119]. Đối với những việc đã làm, đang làm, sẽ làm, đều nhất tâm hành trì, luôn giữ tinh tấn, không hối hận.

---

[118] 勤精進; s: *nirantara-vīrya*, nhấn mạnh "nỗ lực chân chánh, liên tục." Đây là sự khác biệt với *mithyā-vīrya* (tà tinh tấn), tức sự siêng năng không hướng thiện (ví dụ: mưu cầu lợi dưỡng, tranh chấp).

[119] 六度與四無量心: Hán văn liệt kê 信、施、戒、忍、定、慧、慈, 悲, 喜, 捨. Phạn văn liệt kê sáu ba-la-mật (*dāna, śīla, kṣānti, dhyāna, prajñā*) cộng với bốn vô lượng tâm (*maitrī, karuṇā, muditā, upekṣā*). Có thêm "tín 信", là dịch ý của *śraddhā* (niềm tin), vốn là nền tảng của Bồ-tát hạnh.

Với các thiện pháp và việc cứu khổ cho chúng sinh, Bồ-tát khởi tâm như cứu lửa cháy trên đầu[120], không thoái chuyển, đó gọi là tinh tấn. Dù Bồ-tát có thể không tiếc thân mạng, nhưng để cứu khổ chúng sinh, hộ trì chánh pháp, thì nên biết trân quý[121], không bỏ oai nghi, thường hành các thiện pháp.

Khi tu các thiện pháp, tâm không buông lung giải đãi; dẫu mất thân mạng cũng không bỏ pháp như lý, đó gọi là Bồ-tát siêng năng tinh tấn tu hành đạo Bồ-đề.

Người giải đãi thì không thể cùng một lúc đầy đủ thực hành bố thí, không thể trì giới, không thể an nhẫn trước các khổ, không thể siêng tu tinh tấn, không thể nhiếp tâm nơi chánh định, không thể phân biệt thiện ác. Vì vậy, nói rằng sáu ba-la-mật đều nhờ tinh tấn mà được tăng trưởng. Nếu Bồ-tát Ma-ha-tát tinh tấn tăng thượng thì có thể mau chóng chứng đắc A-nậu-đa-la tam-miệu tam-bồ-đề.

---

120 如救頭然: một thành ngữ quan trọng trong văn hệ Đại thừa; s: *śīrṣāgnivat* (như lửa cháy trên đầu), diễn tả tâm khẩn thiết của tinh tấn, không cho phép một niệm thối thất.

121 不惜身命; bất tích thân mạng / 愛惜身命; ái tích thân mạng: nghịch ngữ trong văn bản. Phạn: *bodhisattvaḥ... ātmabhāvaṁ parityajati, na ca prāṇān parityajati | prajñā-karuṇā-parigrahād dharmasya rakṣārtham satvānāṁ paritrāṇārtham.* Bồ-tát có thể xả bỏ thân mạng của mình, nhưng không bỏ sự duy trì mạng sống. Vì sao? Bởi nhờ nương vào trí tuệ và đại bi mà phải giữ gìn chánh pháp, để cứu hộ và bảo vệ chúng sinh. Hàm ý: Bồ-tát không tiếc thân mạng khi hành đạo, nhưng đồng thời phải giữ gìn thân mạng để cứu độ chúng sinh và hộ trì chánh pháp. Đây là sự cân bằng giữa tinh thần vô úy và trách nhiệm lợi tha.

Khi Bồ-tát phát khởi đại trang nghiêm phát sinh tinh tấn, lại có bốn điều[122]: một là phát đại trang nghiêm, hai là tích tập dũng mãnh, ba là tu các căn lành, bốn là giáo hóa chúng sinh.

Thế nào là Bồ-tát phát đại trang nghiêm?

Đối với sinh tử, tâm có thể kham nhẫn mà không tính kể kiếp số; trải qua vô lượng, vô biên, trăm ngàn muôn ức na-do-tha hằng hà sa a-tăng-kỳ kiếp, để thành Phật đạo mà tâm không mệt mỏi, đó gọi là tinh tấn trang nghiêm không hề biếng trễ.

Bồ-tát tích tập dõng mãnh mà khởi tinh tấn: giả như trong khắp cõi tam thiên đại thiên đều đầy lửa dữ[123], thì vì muốn thấy Phật, vì muốn nghe pháp, vì muốn an lập chúng sinh nơi các thiện pháp, nhất định phải đi qua biển lửa ấy; vì điều phục chúng sinh, tâm an trụ khéo léo trong đại bi, đó gọi là tinh tấn dõng mãnh.

---

122 Phạn văn liệt kê bốn phương diện tinh tấn: 1. *mahā-alaṅkāra* (*đại trang nghiêm*), *2.saṁbhāra-vīrya* (*tích tập dũng mãnh*), *3.kuśala-mūlāni* (*tu căn lành*), *4.sattvānām anugrahaḥ* (*giáo hóa chúng sinh*).

123 *mahānipuṇatvād eva... gāṅgā-nadī-valuka-samasya satvānām anugrahaṁ karoti*; nói đến sự dõng mãnh, dù khó khăn khốc liệt (Hán văn dùng hình ảnh "tam thiên đại thiên thế giới đầy lửa"), Bồ-tát cũng không thoái lui, vì lợi ích chúng sinh. Hình ảnh "tam thiên đại thiên thế giới đầy lửa" không thấy trong bản Phạn, có khả năng là lối dịch mở rộng trong tiếng Hán, nhưng ý nghĩa vẫn hoàn toàn phù hợp với tinh thần Tinh tấn ba-la-mật-đa (*vīryapāramitā*): Bồ-tát thà vượt qua khổ cực cực đoan, chỉ để thấy Phật, nghe pháp và an lập chúng sinh trong thiện pháp.

Bồ-tát tu tập các căn lành mà khởi tinh tấn[124]; tất cả căn lành đã phát khởi đều đem hồi hướng về A-nậu-đa-la tam-miệu tam-bồ-đề, vì muốn thành tựu Nhất thiết trí, đó gọi là tinh tấn tu tập căn lành.

Bồ-tát giáo hóa chúng sinh mà khởi tinh tấn[125]; tánh chúng sinh không thể tính kể, vô lượng vô biên như hư không giới, Bồ-tát lập thệ rằng: "Ta sẽ độ thoát hết thảy, không bỏ sót một ai," vì muốn hóa độ nên siêng tu tinh tấn, đó gọi là tinh tấn giáo hóa.

Tóm lại, Bồ-tát tu các công đức trợ đạo[126] để giúp thành tựu trí tuệ vô thượng, tu tập Phật pháp mà khởi tinh tấn. Công đức chư Phật vô lượng vô biên, tinh tấn của Bồ-tát Ma-ha-tát, do phát khởi đại trang nghiêm mà tu hành, cũng vô lượng vô biên như thế.

---

124 修習善根精進; s: kuśala-mūlāni janayati vīryam: nuôi dưỡng, phát khởi, rồi đem hồi hướng mọi căn lành về Vô thượng Bồ-đề. "Thiện căn" (*kuśala-mūla*) là gốc rễ công đức, gồm tín, tàm, quý, vô tham, vô sân, vô si.

125 教化精進; s: sattvānām anugrahaḥ vīryam: tinh tấn vì lợi tha, độ sinh. Điểm đặc trưng của Đại thừa: Bồ-tát lập thệ độ vô lượng chúng sinh, dù số lượng vô biên như hư không, mà không thoái tâm.

126 助道功德 (mārga-sahāya, puṇya-sahāya): chỉ các trợ duyên cho trí tuệ Bồ-đề, tức là phước đức và công hạnh. Đây là sự kết hợp phước–trí trong Bồ-tát đạo.

Bồ-tát Ma-ha-tát tu hành tinh tấn, không rời tâm lìa dục[127], luôn cứu khổ chúng sinh, đó gọi là viên mãn[128] Tinh tấn ba-la-mật.

---

127 不離欲心拔眾苦: Phạn văn không thấy nguyên văn "dục tâm" (*kāma-citta*), nhưng nghĩa rõ ràng là tinh tấn Bồ-tát không dựa trên dục vọng thế tục, mà lấy đại bi làm gốc để cứu khổ (拔眾苦). Đây chính là tiêu chuẩn để phân biệt chánh tinh tấn với tà tinh tấn.

128 Khẳng định tinh tấn của Bồ-tát gồm hai trụ cột: (i) tu tập và hồi hướng mọi căn lành về Bồ-đề, (ii) giáo hóa và độ tận vô lượng chúng sinh. Cả hai hợp lại làm nên tinh tấn vô lượng, đồng đẳng với công đức chư Phật. Đây chính là định nghĩa viên mãn của Tinh tấn ba-la-mật (*vīryapāramitā*). Tinh tấn vượt lên khỏi phạm vi cá nhân để trở thành động lực cứu khổ, trang nghiêm đạo Bồ-đề, hiển bày trí tuệ Nhất thiết trí.

# PHẨM VIII: THIỀN ĐỊNH BA-LA-MẬT (Dhyānapāramitā)[129]

Thế nào là Bồ-tát tu tập thiền định[130]? Nếu thiền định vì tự lợi, lợi tha, hoặc cả hai lợi, thì thiền định ấy có thể trang nghiêm đạo Bồ-đề.

Bồ-tát vì muốn điều phục chúng sinh, khiến lìa khổ não, cho nên tu tập thiền định. Người tu thiền định khéo thu nhiếp tâm mình, không để các tạp niệm xen vào; trong bốn oai nghi (đi, đứng, ngồi, nằm) đều giữ chánh niệm ở trước.

---

129 T1659_.32.0513c23: 發菩提心經論禪那波羅蜜品第八

130 禪定 (dhyāna; phiên âm thiền-na 禪那). Trong Phạn, *dhyāna* vừa chỉ thiền tĩnh lự (bốn thiền, bốn vô sắc), vừa chỉ sự nhất tâm an trụ. Đại thừa nhấn mạnh thiền định không chỉ vì an lạc tự thân, mà để làm nền tảng cho trí tuệ và lợi tha.

Lại quán sát thân thể thuận nghịch[131]: sọ, xương sống, tay, ngực, hông, chân... và tu pháp đếm hơi thở ra vào (ānāpānasmṛti)[132]. Đây gọi là tâm ban sơ của Bồ-tát khi tu định.

---

131 Trong truyền thống quán bất tịnh (aśubha-bhāvanā; 不淨觀), hành giả được dạy phải quán xét thân thể ở hai chiều: *Thuận quán*: nhìn thân từ đầu đến chân, thấy chín lỗ thường chảy uế trược, xương thịt huyết nhơ nhớp. *Nghịch quán*: từ chân ngược lên đầu, thấy thân chỉ là tập hợp xương, tủy, sọ, đều vô thường, không đáng tham trước. Quán chiếu "nghịch thuận" tức không bỏ sót, để thấu suốt rằng thân thể chỉ là giả hợp uẩn xứ giới, không có tự ngã.

132 安般數息 (ānāpānasmṛti): Niệm hơi thở ra vào. Đây là pháp môn được cả Nguyên thủy và Đại thừa công nhận như phương tiện điều tâm, đưa đến nhất tâm. *Ānā*: hít vào (in-breath); *apāna*: thở ra" (out-breath); *smṛti*: niệm, ký ức, chánh niệm". Ghép lại thành *ānāpānasmṛti*: "chánh niệm về hơi thở vào và hơi thở ra." Đây là một thuật ngữ cổ điển, xuất hiện trong *Kinh Quán niệm hơi thở* ( *Ānāpānasati-sutta*) (Trường Bộ và Trung Bộ, Pāli), cũng như trong A-tì-đạt-ma và các kinh luận Đại thừa.

Trong Hán tạng, đặc biệt *An ban thủ ý kinh* (安般守意經; T602, CBETA), *ānāpānasmṛti* được dịch là *An ban thủ ý* 安般守意. an ban 安般 ; phiên âm từ *ānāpāna* (hơi thở vào ra); thủ ý 守意 phiên âm từ *smṛti*, tức "giữ gìn tâm ý, chánh niệm." nghĩa là "*giữ tâm ý trong hơi thở ra vào.*" Pháp môn An-ban thủ ý giữ vị trí trung tâm trong cả Nikāya và Hán tạng. Trong Pāli, *Kinh Quán niệm hơi thở* ( *Ānāpānasati-sutta*) (MN 118) thuộc Majjhima-nikāya triển khai chi tiết 16 bước quán hơi thở, phân thành bốn tứ (quán thân, quán thọ, quán tâm, quán pháp), được xem là pháp tu đầy đủ đưa đến bảy giác chi (satta bojjhaṅga) và viên mãn Niết-bàn. Trong Hán tạng, bản dịch cổ nhất là *An ban thủ ý kinh* (安般守意經) (T602, dịch bởi An Thế Cao, thế kỷ II), với cách dịch đặc trưng: *ānāpāna* âm dịch thành 安般, *smṛti* dịch nghĩa thành 守意. Nội dung *An ban thủ ý kinh* nhấn mạnh việc "giữ ý nơi hơi thở" như phương pháp hàng phục tán tâm và an trụ thiền định, mang sắc thái thực dụng, thiên về chỉ (*śamatha*). Các bản khác như *Đại niệm xứ kinh* (大安般守意經 (T602A) và Phật thuyết

Nhờ tu định, không bị ác pháp chi phối, tâm thường an lạc, đó gọi là tự lợi. Khi giáo hóa chúng sinh khiến họ tu chánh niệm, đó gọi là lợi tha. Dùng chính tam-muội thanh tịnh[133] mình tu tập, xa lìa tà tưởng, ác giác quán[134], mà hóa độ chúng sinh khiến cùng đạt lợi ích, đó gọi là cả hai cùng lợi.

---

xuất tức nhập tức niệm *kinh* (佛說出息入息念經 ; T150A) tiếp tục triển khai, nhưng so với kinh hệ Pāli thì thường giản lược, thiên về ứng dụng trong oai nghi và đời sống tu tập. Điểm khác biệt căn bản là kinh hệ Pāli nhấn mạnh *quán niệm hơi thở* (*ānāpānasmṛti*) là cửa ngõ đầy đủ của Tứ niệm xứ và Bảy giác chi, là toàn diện pháp môn tuệ quán; Hán dịch (nhất là T602) lại chú trọng phương diện nhiếp tâm, an định, lấy "thủ ý" làm then chốt, do đó mang tính khởi đầu, phương tiện vào thiền định. Về sau, trong Đại thừa và Thiền tông, *An-ban thủ ý* được tiếp nhận như một kỹ thuật nhập môn nhiếp tâm, nhưng không bị tách rời khỏi trí tuệ quán chiếu vô thường, khổ, vô ngã. Vì vậy, có thể nói Nikāya xem quán *niệm hơi thở* (*ānāpānasmṛti*) như toàn bộ con đường (trọn vẹn Chỉ–Quán), còn Hán tạng và truyền thống Đông Á thường ứng dụng cho nhập môn thiền định, nhấn mạnh khía cạnh hàng phục vọng tưởng.

133 Thiền định ba-la-mật của Bồ-tát không dừng lại ở chỗ điều phục tâm cá nhân, mà còn có tác dụng lợi tha. Pháp *An-ban thủ ý* (*ānāpānasmṛti*) và các quán bất tịnh (thân thể) là phương tiện căn bản để nhiếp tâm. Như vậy, Hán và Phạn văn đồng nhất về đại ý: Thiền định của Bồ-tát nhằm tự an lạc, giáo hóa người, và cùng đạt lợi ích, từ đó trang nghiêm đạo Bồ-đề.

134 離惡覺觀; s: *durvitarka–vicāra*. Trong Phạn văn phẩm VIII có: *tyaktvā rāgaṁ dveṣaṁ moham* "xả bỏ tham, sân, si," cũng tức là lìa bỏ ác giác quán.

Do tu tập thiền định, Bồ-tát chứng được tám giải thoát[135], cho đến Thủ-lăng-nghiêm kim cang tam-muội[136], đó gọi là

---

135 八解; s: aṣṭa-vimokṣa: hệ thống định học quan trọng, được trình bày trong A-tì-đạt-ma và truyền thống Thiền định, sau được Đại thừa tiếp nhận và tái diễn giải. Thứ tự gồm: (1) quán sắc có nội tưởng, ngoại cảnh khả kiến, đạt ly dục trong quán sắc; (2) quán sắc không có nội tưởng nhưng ngoại cảnh khả kiến, lìa chấp nội tâm; (3) quán sắc tịnh hảo, khởi tưởng thanh tịnh, đối trị bất tịnh; (4) vượt qua mọi sắc tưởng, chấm dứt đối đãi, nhập Không vô biên xứ (ākāśānantyāyatana); (5) vượt qua Không, nhập Thức vô biên xứ (vijñānānantyāyatana); (6) vượt qua Thức, nhập Vô sở hữu xứ (ākiñcanyāyatana); (7) vượt qua Vô sở hữu, nhập Phi tưởng phi phi tưởng xứ (naivasaṃjñānāsaṃjñāyatana); (8) chứng Diệt tận định (nirodha-samāpatti), nơi các hành tạm ngưng, phiền não lắng diệt. Trong hệ Nguyên thủy và A-tì-đạt-ma, tám giải thoát chủ yếu được xem là phương tiện siêu xuất tam giới. Trong Đại thừa, tám giải thoát vẫn được thừa nhận là thành tựu do thiền định, nhưng được gắn vào viễn cảnh Bồ-đề: Bồ-tát thực hành chúng không phải để tìm xuất ly cá nhân, mà nhằm lấy đó làm phương tiện an lập đại bi, trang nghiêm đạo lộ Bồ-đề, hướng đến thành tựu Nhất thiết trí.

136 首楞嚴金剛三昧; s: Śūraṅgama-vajropama-samādhi: thuật ngữ đặc trưng của Đại thừa, kết hợp hai hình ảnh: *śūraṅgama* (thủ lăng nghiêm, kiên cố, không thể dao động) và *vajropama* (như kim cang, bất hoại). Trong truyền thống Nikāya; A-tì-đạt-ma, các tầng thiền định được phân biệt theo tứ thiền, tứ vô sắc và diệt tận định, nhưng không có khái niệm "kim cang định." Đại thừa mở rộng và nêu ra loại tam-muội này như một đỉnh cao của thiền định Bồ-tát: tâm an trụ bất động, không bị ma sự hay phiền não quấy nhiễu, đồng thời chiếu sáng trí tuệ. Trong nhiều kinh điển (như *Thủ-lăng-nghiêm tam-muội kinh*; *Śūraṅgama-samādhi-sūtra*, T642), tam-muội này được xem là "mẫu của các tam-muội", vì từ đây có thể thành tựu mọi định và công đức. Tương quan với hệ thống *aṣṭa-vimokṣa* (tám giải thoát), có thể thấy rằng trong khi tám giải thoát biểu trưng cho những tầng bậc thiền định tiệm tiến từ hữu sắc đến vô sắc, thì Thủ-lăng-nghiêm kim cang tam-muội (*śūraṅgama-vajropama-samādhi*)

trang nghiêm đạo Bồ-đề.

Thiền định do ba pháp mà sinh. Thế nào là ba? Một là từ văn huệ, hai là từ tư huệ, ba là từ tu huệ. Từ ba pháp này, dần dần phát sinh tất cả tam-muội.

Thế nào là văn huệ[137]? Nghĩa là, đối với những pháp đã được nghe, tâm thường yêu thích; lại khởi niệm rằng: các pháp của chư Phật như vô ngại giải thoát[138] v.v. đều phải nhờ nghe nhiều mà được thành tựu. Khởi niệm như vậy rồi, đối với tất cả việc cầu pháp, càng thêm siêng năng tinh cần, ngày đêm thường ưa nghe pháp, không hề biết chán, đó gọi là văn huệ.

Thế nào là tư huệ[139]? Nghĩa là tư duy quán sát tất cả pháp hữu vi[140] đúng như thật tướng của chúng, đó là vô thường, khổ, không, vô ngã, bất tịnh[141]; từng niệm sinh diệt, chẳng bao

---

tượng trưng cho cảnh giới siêu việt, mang tính tổng nhiếp, bất động và bất hoại. Như vậy, trong Đại thừa, tám giải thoát là nền tảng, còn Thủ-lăng-nghiêm kim cang tam-muội là kết đỉnh, đưa thiền định vào viễn tượng Bồ-đề và công hạnh độ sinh.

137 聞慧 (śrutamayī prajñā): tuệ do nghe pháp, học hỏi mà sinh. Bản Hán nhấn mạnh yếu tố "đa văn" (nghe nhiều, học nhiều), không nhàm mỏi, xem đó là căn bản để thành tựu vô ngại giải thoát và các pháp Phật.

138 無礙解脫 (apratihata-vimokṣa): một trong những quả chứng của tuệ giải thoát, không bị chướng ngại bởi phiền não, đối cảnh tự tại.

139 思慧 (cintāmayī prajñā): Tuệ do tư duy mà sinh, dựa trên việc quán sát chân tướng các pháp. Thuật ngữ xuất hiện sớm trong A-tì-đạt-ma và được Đại thừa phát triển, đặt giữa văn huệ và tu huệ.

140 有為法 (saṁskṛta-dharma): Các pháp hữu vi, tức những gì do nhân duyên tạo thành, đặc tướng là vô thường, khổ, vô ngã.

141 無常苦空無我不淨: Bộ năm đặc tướng, trong đó *bất tịnh* (*aśubha*) thường thêm vào để nhấn mạnh quán thân.,

lâu thì hoại diệt. Nhưng chúng sinh lại bị sầu bi, khổ não, ghét thương ràng buộc, chỉ vì lửa tham, sân, si thiêu đốt, khiến khổ não đời sau càng tăng trưởng thành khối lớn, vốn không có tự tánh, ví như huyễn hóa. Khi thấy như vậy rồi, đối với tất cả pháp hữu vi liền sinh tâm nhàm chán, càng thêm tinh cần hướng đến trí tuệ của Phật.

Lại tư duy rằng trí tuệ Như Lai thật không thể nghĩ bàn[142], không thể đo lường, có đại thế lực không gì có thể thắng nổi; trí ấy có thể đến thành trì an ổn vô úy không còn thối chuyển, có thể cứu vô lượng chúng sinh thoát khổ não.

Do thấy rõ Phật có vô lượng trí, lại thấy pháp hữu vi đầy dẫy khổ não nên phát nguyện tinh tấn cầu Vô thượng Đại thừa. Đó gọi là tư huệ[143].

---

142 智慧不可思議 (acintya-jñāna): Mô tả năng lực trí tuệ của Như Lai, vừa siêu việt vừa có công năng cứu độ. Đây là điểm nhấn Đại thừa, mở rộng hơn so với bản Phạn A-tì-đạt-ma vốn chỉ dừng ở quán tính vô thường, khổ, vô ngã.

143 Diễn giải rõ *huệ bất khả tư nghì* (*cintāmayī prajñā*), là huệ do tư duy phát khởi, nhờ quán sát chân tướng pháp hữu vi (vô thường, khổ, không, vô ngã, bất tịnh), thấy chúng vốn vô tự tánh, như huyễn. Khác biệt của bản Hán trong hệ Đại thừa là gắn liền tư huệ với lý tưởng Bồ-đề: từ thấy pháp hữu vi là khổ mà phát nguyện cầu trí tuệ vô thượng của Như Lai, để cứu độ chúng sinh. Điều này làm cho *huệ bất khả tư nghì* (*cintāmayī prajñā*) không dừng ở giải thoát cá nhân, mà trở thành động lực tu tập Đại thừa.

Thế nào là tu huệ[144]? Từ quán xương[145] khởi đầu cho đến A-nậu-đa-la tam-miệu tam-bồ-đề, đều gọi là tu huệ. Khi lìa dục và các pháp bất thiện, còn có giác[146], có quán[147], sinh hỷ lạc do ly dục, nhập Sơ thiền[148]. Khi diệt giác và quán, nội tâm thanh tịnh, tâm nhất cảnh, không còn giác quán, sinh hỷ lạc do định, nhập Nhị thiền[149]. Do lìa hỷ, hành giả trụ xả, tâm niệm an tĩnh, thân thọ lạc, bậc Hiền Thánh thường nói, có

---

144 修慧 (bhāvanāmayī prajñā): Trí do tu tập phát sinh. Không chỉ là lý trí tư duy mà là trí chứng ngộ nhờ định lực.

145 骨觀 (aśubha-bhāvanā): khởi đầu từ quán thân thể (xương, tử thi) trong Quán bất tịnh, Đây là phương tiện sơ khởi để điều phục dục tâm, thường có ghi trong Nikāya và Hán tạng.

146 *vitarka*: gốc động từ √tark, nghĩa là "suy tính, đặt để, khởi niệm." Khi thêm tiếp đầu ngữ *vi-*, thành nghĩa "phân biệt rõ, hướng tâm đến cảnh."

147 *vicāra*: gốc động từ √car, nghĩa là "chuyển động, hành xử, khảo sát." Khi thêm tiếp đầu ngữ *vi-*, thành "suy xét kỹ lưỡng, khảo sát, duy trì." Trong văn cảnh thiền định: *vitarka* là "tầm" (appanā, initial application): sự đặt tâm lên đề mục, tác động đầu tiên đưa tâm chạm cảnh. vicāra là "tứ" (sustained application): sự duy trì và thẩm sát đề mục, khiến tâm trụ lâu, không rời khỏi cảnh. Trong Hán tạng, *vitarka* được dịch là 覺 (giác), *vicāra* là 觀 (quán). Hai chữ này thường đi đôi: 有覺有觀 (hữu giác hữu quán) để chỉ Sơ thiền. Một số dịch giả đời sau (như Chân Đế, Huyền Trang) chọn dịch *vitarka* là 尋 (tầm), *vicāra* là 伺 (tứ), nhằm phân biệt công năng: "tầm" là tìm đến cảnh, "tứ" là dò xét, duy trì cảnh. *giác/quán:* thiên về nghĩa tri nhận, có vẻ gợi cảm giác "giác tri" và "quan sát." Đây là cách dịch cổ, gần với nghĩa phổ thông. *tầm/tứ:* là cách dịch chuyên môn của Câu-xá luận và Duy thức, nhằm minh định rõ công năng: *tầm* là khởi ý hướng tâm đến cảnh, *tứ* là duy trì khảo sát cảnh.

148 Sơ thiền: còn có *vitarka* và *vicāra* , là tâm vừa đặt vừa duy trì cảnh thiền, kèm hỷ và lạc do ly dục.

149 Nhị thiền: 滅覺觀 (diệt giác quán, tức diệt tầm và tứ) → tâm trở nên nhất cảnh tĩnh lặng, không còn chuyển động phân tích. Từ Nhị thiền

thể an trú, có thể xả, thường niệm thọ lạc, nhập Tam thiền[150]. Do đoạn khổ và đoạn lạc, trước diệt ưu và hỷ, nên không khổ không lạc, hành xả, niệm thanh tịnh, nhập Tứ thiền[151].

---

trở lên, vitarka/vicāra không còn, nhường chỗ cho hỷ, lạc, rồi xả, niệm thanh tịnh.

150 三禪; S: tritīya-dhyāna. truyền thống Pāli Nikāya và Hán tạng đều mô tả là giai đoạn hành giả đã lìa bỏ hỷ (pīti), chỉ còn lạc (sukha) do định sinh, tâm an trú trong xả (upekkhā) và niệm (smṛti/sati) thanh tịnh. Kinh Pāli gọi đây là "upekkhā-sati-parisuddhi" (xả–niệm thanh tịnh), nhấn mạnh sự quân bình cảm thọ và sáng suốt của tâm, trong khi Hán dịch thường ghi "離喜故行捨、心念安慧、身受樂" (do lìa hỷ nên khởi xả, tâm niệm an tĩnh, thân thọ lạc). Câu-xá luận giải thích Tam thiền như sự chuyển đổi từ cảm xúc phấn khởi (hỷ) sang sự an định sâu hơn, một trạng thái "tĩnh lạc" bền vững, làm nền cho Tứ thiền vốn hoàn toàn lìa khổ lạc, chỉ còn xả–niệm thanh tịnh. Trong Đại thừa, Tam thiền không chỉ là tầng định nội tâm mà còn được xem như phương tiện Bồ-tát hành, giúp khởi đại bi trong tâm quân bình, không bị hỷ lạc dao động, để từ đó tuệ giác có thể hiển lộ trọn vẹn.

151 四禪 (catur-dhyāna): đỉnh cao của thiền cõi sắc, được mô tả trong cả Nikāya và A-tì-đạt-ma với đặc trưng "xả niệm thanh tịnh" (upekkhā-sati-parisuddhi). Sau khi đã vượt qua hỷ và lạc của ba thiền trước, hành giả ở Tứ thiền buông bỏ cả cảm thọ khổ và lạc, ưu và hỷ đều diệt, chỉ còn trạng thái tâm quân bình tuyệt đối, thanh tịnh sáng suốt. Kinh điển Pāli thường nhấn mạnh Tứ thiền là nền tảng để phát sinh các thắng trí (abhijñā) và tam minh, còn trong Hán tạng ghi: "斷苦斷樂、先滅憂喜、不苦不樂、行捨念淨" (đoạn khổ đoạn lạc, diệt ưu hỷ, không khổ không lạc, hành xả niệm tịnh). Câu-xá luận phân tích Tứ thiền có đủ hai chi căn bản là xả và niệm, tâm hoàn toàn nhất cảnh, không còn dao động. Đại thừa tiếp nhận mô tả này nhưng đặt trong viễn cảnh Bồ-tát đạo: Tứ thiền là chỗ Bồ-tát an trụ để phát khởi đại bi bình đẳng và quán trí vô ngã, nhờ đó thiền định không phải là chỗ an lạc tự thân, mà là phương tiện đưa đến Bồ-đề và cứu độ chúng sinh.

Vượt qua tất cả tướng sắc, diệt hết các tướng đối đãi, không còn niệm tất cả tướng sai biệt, biết rõ hư không vô biên, liền nhập Không vô biên xứ định[152]. Vượt qua tất cả tướng hư không, biết rõ thức vô biên, liền nhập Thức vô biên xứ định[153].

---

[152] S: ākāśānantyāyatana; 空無邊處定; không vô biên xứ định, là tầng đầu tiên trong bốn vô sắc định (ārūpya-samāpatti), được thiết lập sau khi hành giả vượt qua hết thảy sắc tướng, chấm dứt mọi chấp trước nơi đối tượng hữu đối (*saviśeṣālambana*). Khi nội tâm buông bỏ tướng sắc và quán rõ tính vô biên của hư không, tâm liền an trú vào cảnh giới rộng lớn vô biên, không còn bị giới hạn bởi hình sắc. Trong Nikāya và A-tì-đạt-ma, Không vô biên xứ được xem là siêu việt Sắc giới, nhưng vẫn thuộc Hữu lậu, chưa đoạn tận phiền não. *Câu-xá luận* (T29, 1558) phân tích đây là "chuyển y từ sắc tưởng sang không tưởng," một dạng thắng giải định. Trong Đại thừa, Không vô biên xứ vẫn được thừa nhận như bước tiến của định, nhưng được nhấn mạnh rằng Bồ-tát không chấp vào cảnh giới này, chỉ xem như phương tiện để làm thuần thục tâm, từ đó phát khởi tuệ quán tính Không (śūnyatā). Do vậy, Không vô biên xứ định vừa là tầng định vượt sắc, vừa là cửa ngõ để Bồ-tát vận dụng trong hành Bát-nhã, an trụ vô sở trụ mà tu tập đại bi lợi sinh.

[153] S: vijñānānantyāyatana; 識無邊處定; Thức vô biên xứ định: là tầng định thứ hai trong bốn vô sắc định (ārūpya-samāpatti). Sau khi vượt qua Không vô biên xứ, hành giả buông bỏ chấp trước vào hư không vô biên và quán rõ rằng chính thức (vijñāna) bao trùm khắp, vô biên, không thể giới hạn. Tâm an trú trong cảnh giới này nhận biết một cách bao la, không điểm khởi đầu, không điểm kết thúc. Trong truyền thống Nikāya và A-tì-đạt-ma, Thức vô biên xứ định vẫn thuộc Hữu lậu, được mô tả như một trạng thái "thắng giải định" (adhimukti-samādhi), chứ không phải đoạn tận khổ đau. *A-tì-đạt-ma Câu-xá luận* (T29, 1558) phân tích rằng đây là sự chuyển y từ quán "không vô biên" sang quán "thức vô biên," tức thay đổi cảnh giới sở duyên của tâm, không phải đạt trí vô biên thực sự. Trong Đại thừa, tuy công nhận Thức vô biên xứ là một tầng định vượt Sắc giới, nhưng nhấn mạnh rằng thức này vốn do phân biệt vọng tưởng mà thành, bản tánh là Không. Vì vậy, Bồ-tát không an trụ trong Thức vô biên xứ

Vượt qua tất cả tướng thức, biết rõ không có sở hữu, liền nhập Vô sở hữu xứ định[154]. Vượt qua tất cả xứ vô sở hữu, biết rõ cảnh giới chẳng phải có tưởng, chẳng phải không tưởng, an ổn, liền nhập Phi tưởng phi phi tưởng xứ định[155]. Nhưng hành

---

như cứu cánh, mà chỉ lấy đó làm phương tiện tĩnh tâm, rồi vận dụng để quán chiếu vô ngã và phát khởi Bát-nhã, đem tâm vô biên ấy hồi hướng thành đại bi, cứu độ chúng sinh.

154 S: ākiñcanyāyatana; 無所有處定; Vô sở hữu xứ định: là tầng định thứ ba trong bốn vô sắc định (ārūpya-samāpatti). Sau khi vượt qua Thức vô biên xứ, hành giả nhận ra rằng ngay cả cảnh giới "thức vô biên" cũng là đối tượng duyên khởi, không có thực thể; từ đó khởi niệm "không có gì sở hữu," tâm liền an trú trong cảnh giới hư tịch, được gọi là Vô sở hữu xứ. Trong truyền thống Nikāya, đây là một định thắng giải, vi tế hơn các tầng trước, song vẫn thuộc Hữu lậu, chưa đoạn tận phiền não. *A-tì-đạt-ma Câu-xá luận* (T29, 1558) giải thích: đây là sự "chuyển y từ sở duyên thức sang quán tưởng vô sở hữu," nghĩa là lấy "không có gì" làm cảnh giới thiền định, nhưng vẫn còn y cứ nơi phân biệt. Trong Đại thừa, Vô sở hữu xứ được nhìn nhận như phương tiện tĩnh lặng, song không phải cảnh giới rốt ráo: bởi lẽ "không có gì" ở đây vẫn là một loại tưởng, vẫn thuộc pháp hữu vi, chưa phải chân như. Vì vậy, Bồ-tát không chấp thủ Vô sở hữu xứ như cứu cánh, mà dùng nó để thuần tịnh tâm, rồi chuyển sang quán chiếu Bát-nhã, thấy rõ ngay cả "không có gì" cũng không thật có tự tính, từ đó phát khởi tâm đại bi rộng lớn, đem định lực hồi hướng thành phương tiện độ sinh.

155 S: naivasaṃjñānāsaṃjñāyatana; 非想非非想處; Phi tưởng phi phi tưởng xứ định: là tầng định thứ tư và vi tế nhất trong bốn vô sắc định (ārūpya-samāpatti). Sau khi vượt qua Vô sở hữu xứ, hành giả an trú nơi cảnh giới không còn rõ ràng là "có tưởng," nhưng cũng không hoàn toàn là "không tưởng." Tại đây, tâm thức rơi vào trạng thái vi tế cực độ, hoạt dụng của tưởng (saṃjñā) gần như đình chỉ nhưng chưa hoàn toàn diệt, khiến không thể xác định là hữu tưởng hay vô tưởng. Trong Nikāya và A-tì-đạt-ma, cảnh giới này được mô tả là gần với diệt tận định (nirodha-samāpatti), song vẫn thuộc Hữu lậu, không phải Niết-bàn, và khi hết lực định, hành

giả chỉ thuận theo các pháp mà hành, không hề đắm trước[156], một lòng cầu tối thượng thừa, chứng Vô thượng Chính giác, đó gọi là tu huệ.

Bồ-tát từ nơi văn huệ, tư huệ, tu huệ mà tinh cần nhiếp tâm, thì có thể thành tựu các thần thông[157], minh trí[158], tam-muội[159], và viên mãn Thiền định ba-la-mật.

Lại nữa, Bồ-tát tu định còn có mười pháp hạnh, không cùng chung với hàng Thanh văn và Bích-chi Phật. Thế nào là mười?

---

giả vẫn hoàn phục sinh tử. *A-tì-đạt-ma Câu-xá luận* (T29, 1558) phân tích rằng đây là "tưởng vi tế, không thể phân biệt rõ, không đồng với hữu tưởng, cũng không phải hoàn toàn vô tưởng," do đó gọi là phi tưởng phi phi tưởng. Trong Đại thừa, tầng định này được thừa nhận nhưng không được xem là cứu cánh, bởi vẫn còn trong phạm trù tâm thức phân biệt. Bồ-tát không chấp thủ cảnh giới này, vì nhận rõ rằng ngay cả trạng thái vi tế cùng cực ấy cũng là pháp hữu vi, vô thường, vô ngã. Do vậy, Bồ-tát chỉ dùng Phi tưởng phi phi tưởng xứ như một phương tiện tịnh tâm, rồi nương đó phát khởi tuệ Bát-nhã, quán chiếu tính Không, đồng thời hồi hướng năng lực định lực thành đại bi, cứu độ chúng sinh.

156 不樂著 / 不執著: Khác với Thanh văn lấy thiền làm cứu cánh giải thoát, Bồ-tát chỉ xem đó là phương tiện, không chấp trước, hướng thẳng đến Vô thượng Bồ-đề.

157 通 (abhijñā): lục thông, gồm thần túc, thiên nhĩ, tha tâm, túc mạng, thiên nhãn, lậu tận. Ở đây nhấn mạnh thần thông Bồ-tát có nền tảng đại bi, không đồng với Thanh văn chỉ cầu giải thoát riêng.

158 明 (vidyā): thường chỉ tam minh (túc mạng minh, thiên nhãn minh, lậu tận minh). Bồ-tát thành tựu tam minh nhưng dùng để lợi tha, không dừng ở giải thoát cá nhân.

159 三昧 (samādhi): định tổng quát, từ bốn thiền, bốn vô sắc đến các tam-muội đặc thù như Kim cang, Thủ-lăng-nghiêm.

(1) Tu định mà không chấp ngã nhân[160], vì đầy đủ các thiền định của Như Lai.

(2) Tu định không đắm chấp vị[161], không chấp trước, lìa tâm nhiễm trước, không cầu vui riêng cho mình.

(3) Tu định đầy đủ công năng thần thông[162], để biết được tâm hành của chúng sinh.

---

[160] Bản Phạn phục dựng (theo Anacker, Frauwallner và bản lưu truyền trong các trích dẫn):

*ekayā dhyānaṁ bhāvayati na cātmam manyate, na ca pudgalaṁ manyate, tathāgatānāṁ sarva-dhyāna-saṁpadaḥ samudāgamāt.* Nghĩa: "Bồ-tát tu thiền định nhưng không chấp có tự ngã (*ātman*), cũng không chấp có nhân ngã (*pudgala*), vì đầy đủ mọi loại thiền định của chư Như Lai." Đối chiếu bản Hán 無有吾我, Phạn văn triển khai rõ hơn: không chấp *ātman* (tự thể) và không chấp *pudgala* (ngã cá biệt).

[161] 味 **(rasa)**: Trong văn hệ A-tì-đạt-ma, *rasa* được dùng để chỉ "mùi vị," "vị ngọt" hay "cảm thọ khoái lạc." Khi áp dụng cho thiền, nó nghĩa là thiền vị (dhyāna-rasa), là niềm an lạc, hỷ lạc của tâm định. Thanh văn thường "nếm vị thiền" như một mục tiêu chứng đắc, có nguy cơ thủ trước. Bồ-tát được khuyên "không nếm vị" (不味), tức không hưởng thụ thiền định như cứu cánh.

不味不著 ; s: Phạn *na rasaṁ gṛhṇāti, na ca tatra sajjati*: không nếm vị thiền, không bám chấp. Đây là đặc điểm của Bồ-tát định: không lấy thiền lạc làm cứu cánh, mà xem thiền như phương tiện để nuôi lớn đại bi và thành tựu Bồ-đề. Bồ-tát tu định nhưng không dừng ở "mùi vị thiền lạc," vì chấp vào đó sẽ ngăn ngại đại bi. Như trong *Śūraṅgama-samādhi-sūtra* (T642), thiền định Bồ-tát phải "không trú trong an lạc riêng mình, mà hồi hướng tất cả chúng sinh."

[162] Phạn: *dhyānaṁ bhāvayati, sarvān abhijñā-prabhāvān saṁpādayati, sattvānāṁ cittacaritāni jānāti ...* Nghĩa: "Bồ-tát tu thiền định, thành tựu tất cả oai lực của các thần thông, biết rõ tâm hạnh của chúng sinh." Hán: 修定具諸通業，為知眾生諸心行故. Nghĩa là "tu định đầy đủ các công

(4) Tu định nhằm thông đạt các tâm của chúng sinh, để độ thoát tất cả muôn loài.

(5) Tu định thực hành đại bi, để đoạn trừ phiền não kết sử của chúng sinh.

(6) Bồ-tát tu định, các loại thiền tam-muội, khéo biết sự ra vào và vượt qua ba cõi, đó là pháp hạnh thứ sáu.

(7) Bồ-tát tu định thường được tự tại[163], đầy đủ tất cả các thiện pháp, đó là pháp hạnh thứ bảy.

(8) Bồ-tát tu định, tâm thường tịch diệt[164], thắng vượt hơn các thiền tam-muội của Nhị thừa, đó là pháp hạnh thứ tám.

(9) Bồ-tát tu định thường thâm nhập trí tuệ, vượt khỏi tất cả thế gian, đến được bờ bên kia, đó là pháp hạnh thứ chín.

(10) Bồ-tát tu định có thể hưng khởi chánh pháp, làm cho Tam bảo hưng thịnh, không bị dứt tuyệt, đó là pháp hạnh thứ mười.

Những loại thiền định như thế, không cùng chung với Thanh văn và Bích-chi-Phật. Lại nữa, vì muốn biết rõ tâm phiền não của tất cả chúng sinh, nên Bồ-tát tu tập các pháp

---

năng thần thông, để biết rõ các tâm hành của chúng sinh." Ở đây, thông nghiệp (通業) chỉ công năng của các loại *abhijñā* (thần thông), đặc biệt là tha tâm thông (*paracitta-jñāna*), cho phép Bồ-tát thấu triệt tâm hành của chúng sinh.

163 自在 (svacchanda, vaśitā): tự tại, năng lực của định khiến Bồ-tát tự do vận dụng các thiện pháp, không bị ràng buộc.

164 寂滅 (śānta, nirvāṇa): ở đây nhấn mạnh tâm định Bồ-tát an tĩnh vượt hẳn thiền của Thanh văn, vì gắn với đại bi và Bồ-đề, không chỉ cầu tịch tịnh.

thiền định, trợ thành sự an trụ tâm, khiến thiền định này an lập nơi tâm bình đẳng. Đó gọi là định.

Các định như thế đều tương ưng với Không, Vô tướng, Vô nguyện, Vô tác[165]. Không, Vô tướng, Vô nguyện, Vô tác bình đẳng thì chúng sinh bình đẳng; chúng sinh bình đẳng thì chư pháp bình đẳng. An nhập vào bình đẳng như vậy gọi là định.

Lại nữa, Bồ-tát tuy tùy thuận các hành thế gian mà không bị xen tạp bởi thế gian, xả bỏ tám pháp thế gian[166], diệt hết thảy kết sử[167], xa lìa huyên náo, ưa thích chốn tĩnh cư. Bồ-tát tu hành thiền định như thế, tâm an ổn dừng trụ, lìa mọi hành tác thế gian.

---

165 Bốn vô tướng: Không (śūnyatā), Vô tướng (ānimitta), Vô nguyện (apraṇihita), Vô tác (anābhoga) là pháp tĩnh lự cao thượng, được khởi xướng sớm trong Phật giáo nhưng được Đại thừa phát triển mạnh mẽ. Trong kinh Nikaya và A-hàm, ba môn giải thoát (Không, Vô tướng, Vô nguyện) là bộ ba phổ biến, giúp hành giả bước vào Niết-bàn bằng cách lìa các chấp trước. Đại thừa thêm *Vô tác*, như trong *Kinh Duy-ma-cật* (維摩詰經) nhấn mạnh: "空即無相，無相即無作; Không tức vô tướng, vô tướng tức vô tác" xác nhận trình tự từ Không đến Vô tướng rồi Vô tác. Văn hệ Bồ-tát thêm Vô tác (anābhoga) để biểu thị sự viên dung của định–tuệ Đại thừa: Bồ-tát không nỗ lực theo ý ngã, không tác tạo công phu tìm cầu, mà an trụ trong vô vi, đồng thời vận dụng đại bi độ sinh. Như vậy, Tam giải thoátmôn mở rộng thành vô tướng tam-muội, cho thấy Đại thừa chuyển trọng tâm từ "cửa Niết-bàn" sang "định của Bồ-tát", vừa vô vi, vừa phương tiện lợi tha.

166 世八法; s: *aṣṭa-lokadharma:* tám pháp thế gian: lợi–suy, hủy–dự, xưng–cơ, khổ–lạc.

167 結 ; s: *saṃyojana*; kết sử, tức các phiền não trói buộc.

Lại nữa, Bồ-tát tu định, đầy đủ các thần thông, trí tuệ và phương tiện khéo léo. Thế nào gọi là thần thông? Thế nào gọi là trí? Nếu thấy các sắc tướng, nếu nghe các âm thanh, nếu biết tâm người khác, nếu nhớ các đời quá khứ, nếu có thể đến khắp các cõi , đó gọi là thần thông[168].

Nếu biết sắc tức là pháp tánh, thấu triệt âm thanh và tâm hành vốn tịch diệt, ba đời bình đẳng, biết các cõi Phật đều như hư không mà không chứng diệt tận[169]. Đó gọi là trí[170].

---

168 通; s: *abhijñā*, bao gồm: rūpa-darśana (thấy sắc), śabda-śravaṇa (nghe âm), paracitta-jñāna (biết tâm người khác), pūrvānivāsānusmṛti (túc mạng trí), yathākāmam buddhakṣetrāṇi saṁkrāmati (tùy ý đến các cõi Phật). Bồ-tát thành tựu các công năng như thấy, nghe, tha tâm, túc mạng, biến hóa, vãng lai cõi Phật. Đây là những năng lực chung với Thanh văn, nhưng được vận dụng vào lợi tha.

169 Bồ-tát không nhập Niết-bàn theo nghĩa đoạn tận hữu vi (như Thanh văn), vì còn giữ tâm đại bi để hóa độ chúng sinh. Đây là điểm quyết định của Bồ-tát định: không thủ trước vào "diệt tận định," mà duy trì trí tuệ và bi nguyện.

170 智; s: *prajñā*: rūpaṁ dharmatāyāḥ, śabda-cittacaritāni śāntāni, trikāla-samatā, buddhakṣetrāṇi ākāśa-samāni, na tu nirvāṇaṁ pratilabhate. → Trí của Bồ-tát là thấy sắc tức pháp tánh, ba đời bình đẳng, các cõi Phật như hư không, nhưng không chấp vào diệt tận (nirodha). Khác biệt cốt lõi: Bồ-tát thấy sắc thanh v.v. là pháp tánh (dharmatā), vốn tịch diệt, bình đẳng trong ba đời. Như vậy, trí này không phải chỉ là năng lực nhận biết, mà là Bát-nhã quán chiếu, vượt hơn thần thông.

Luận này phân biệt rõ giữa thông (abhijñā) và trí (prajñā): thần thông chỉ là năng lực siêu nhiên trên phương diện cảnh giới, còn trí là tuệ giác Bát-nhã, thấy pháp tánh, ba đời bình đẳng, không rơi vào chứng diệt. Bồ-tát định vì thế vượt hơn Thanh văn định: cùng thành tựu thần thông, nhưng lấy trí tuệ vô phân biệt và đại bi làm cứu cánh.

Thế nào là phương tiện[171]? Thế nào là trí huệ? Khi nhập thiền định, khởi tâm đại từ bi, không bỏ thệ nguyện, tâm kiên cố như kim cang, quán sát các cõi Phật, trang nghiêm đạo tràng Bồ-đề. Đó gọi là phương tiện.

Tâm ấy vĩnh viễn tịch lặng, không ngã, không chúng sinh, tư duy bản tính của các pháp vốn không dao động, thấy các cõi Phật đồng như hư không, quán sự trang nghiêm đều đồng như tịch diệt. Đó gọi là trí huệ.

Đây gọi là Bồ-tát tu hành thiền định, vì có sai biệt nơi thông, trí, phương tiện, huệ, bốn pháp[172] cùng vận hành, mà được gần gũi A-nậu-đa-la tam-miệu tam-bồ-đề. Bồ-tát-ma-ha-tát tu hành thiền định, không còn tâm ác, do nương pháp bất động, nên thành tựu viên mãn Thiền-na ba-la-mật.

---

171 方便 (upāya): Trong văn cảnh này, phương tiện chính là *mahākaruṇā* (đại bi) và *praṇidhāna* (thệ nguyện). Bồ-tát vào định nhưng không lìa nguyện độ sinh, dùng định làm phương tiện để quán Phật quốc độ, trang nghiêm đạo tràng.

172 差別四事 (catur-bheda): bốn pháp được phân biệt: thông (abhijñā), trí (jñāna), phương tiện (upāya), huệ (prajñā). Bốn pháp cùng vận hành, đưa Bồ-tát gần với Vô thượng Bồ-đề.

# PHẨM IX: BÁT-NHÃ BA-LA-MẬT-ĐA (Prajñāpāramitā)[173]

Bồ-tát thế nào là tu tập trí tuệ? Nếu trí tuệ nhằm tự lợi, lợi tha, và lợi mình cùng người, thì như vậy trí tuệ chính là trang nghiêm đạo Bồ-đề.

Bồ-tát vì muốn điều phục chúng sinh, khiến lìa khổ não nên tu tập trí tuệ. Tu tập trí tuệ là học để biết tất cả sự việc thế gian[174], dứt bỏ tham, sân, si, dựng lập tâm từ, khởi tâm thương xót và lợi ích cho tất cả chúng sinh, thường nghĩ đến việc cứu vớt, làm người dẫn đạo, có khả năng phân biệt chỉ bày con

---

[173] T1659_.32.0514c11: 發菩提心經論般若波羅蜜品第九

[174] S: *prajñāpāramitā* được xác định không chỉ là "trí tuệ quán chiếu tánh Không" (*śūnyatā*), mà còn bao gồm ba cấp độ trí tuệ [văn huệ (*śruta-mayī*), *tư huệ* (*cintā-mayī*), *tu huệ* (*bhāvanā-mayī*)]. Ở đây, Hán văn nêu rõ: 悉學一切世間之事; học biết tất cả việc thế gian, phù hợp với phạm vi *śruta-mayī prajñā* (tuệ do học hỏi), rồi mở rộng sang "能分別說正道邪道" (có khả năng phân biệt chánh đạo và tà đạo), tương ứng với *cintā-mayī prajñā* (tuệ do tư duy), và cuối cùng là "除煩惱障及智慧障" (dứt phiền não chướng và trí chướng), tương ứng với *bhāvanā-mayī prajñā* (tuệ do tu tập). Như vậy, cả hai hệ Phạn-Hán đều khẳng định rằng trí tuệ Bồ-tát không chỉ là tri kiến về lý Không, mà còn là tổng thể bao gồm tri thức thế gian, phương tiện bi nguyện và tuệ giải thoát, nhằm đạt tới công năng tối thượng là trang nghiêm Bồ-đề.

đường chánh và tà, thiện và ác cùng quả báo của chúng. Đó gọi là tâm trí tuệ sơ khởi của Bồ-tát.

Nhờ tu tập trí tuệ nên Bồ-tát xa lìa vô minh, trừ bỏ phiền não chướng và trí chướng[175], đó gọi là tự lợi. Giáo hóa chúng sinh để được điều phục, đó gọi là lợi tha. Lấy trí tuệ vô thượng Bồ-đề của chính mình mà hóa độ, khiến tất cả chúng sinh cùng thành tựu lợi ích ấy, đó gọi là lợi mình cùng người.

Nhờ tu tập trí tuệ, Bồ-tát chứng được từ sơ địa cho đến Nhất thiết trí (*sarvajñāna*), đó gọi là trang nghiêm đạo Bồ-đề. Bồ-tát tu tập trí tuệ dần dần kiến lập hai mươi tâm. Thế nào là hai mươi tâm?

---

[175] Trong hệ thống giáo lý Đại thừa, hai loại chướng căn bản ngăn che sự chứng ngộ được gọi là phiền não chướng (*kleśāvaraṇa;* 煩惱障) và trí chướng/sở tri chướng (*jñeyāvaraṇa;* 所知障). Phiền não chướng chỉ các lậu hoặc căn bản như tham (*rāga*), sân (*dveṣa*), si (*moha*)... làm nhiễm ô và trói buộc chúng sinh trong luân hồi. Khi đoạn trừ phiền não chướng, hành giả chứng đắc giải thoát cá nhân, tức quả vị Thanh văn hay Duyên giác. Trí chướng/sở tri chướng lại là một khái niệm đặc thù của Đại thừa, chỉ sự chấp trước vi tế nơi đối tượng nhận thức (*jñeya*), tức những phân biệt vi tế còn lưu lại trong thức, khiến cho Bồ-tát tuy đã xa lìa phiền não thô trọng nhưng vẫn chưa viên mãn Nhất thiết trí (*sarvajñatā*). Do đó, muốn thành tựu Phật quả, Bồ-tát không những đoạn tận phiền não chướng mà còn phải phá trừ trí chướng/sở tri chướng/sở tri chướng. Nhiều luận sư, như Vô Trước (Asaṅga) trong *Abhidharmasamuccaya* và Thế Thân (Vasubandhu) trong *Mahāyānasaṃgraha*, đều nhấn mạnh rằng phiền não chướng là nhân duyên trói buộc luân hồi, còn trí chướng/sở tri chướng là sở tri chấp giữ, ngăn ngại việc chứng nhập tánh Không và thành tựu toàn giác. Chính vì vậy, trong văn hệ Bát-nhã, sự tu tập trí tuệ (*prajñāpāramitā*) được định nghĩa là năng lực đồng thời đoạn trừ cả hai chướng, mở ra con đường thành tựu A-nậu-đa-la tam-miệu tam-bồ-đề.

1. Một là phát khởi tâm thiện chí muốn thân cận bạn lành.
2. Hai là dứt bỏ tâm kiêu mạn, tâm buông lung phóng dật.
3. Ba là thuận theo lời giáo huấn, khởi tâm vui thích lắng nghe chánh pháp.
4. Bốn là nghe pháp không biết chán, khởi tâm khéo suy tư.
5. Năm là thực hành bốn phạm hạnh, tu chánh trí.
6. Sáu là quán các hành bất tịnh, sinh tâm nhàm lìa.
7. Bảy là quán bốn Thánh đế, thành tựu mười sáu hành tướng thánh trí.
8. Tám là quán mười hai nhân duyên, tu tập tâm minh tuệ.
9. Chín là nghe các pháp Ba-la-mật, khởi tâm muốn tu tập, tích lũy.
10. Mười là quán vô thường, khổ, vô ngã, Niết-bàn tịch diệt.
11. Mười một là quán Không, Vô tướng, Vô nguyện, Vô tác.
12. Mười hai là quán ngũ uẩn, thập bát giới, thập nhị nhập đều nhiều lỗi lầm.
13. Mười ba là hàng phục phiền não, không lấy làm bạn.
14. Mười bốn là hộ trì các thiện pháp, xem như bạn thân.
15. Mười lăm là ngăn chặn các pháp ác, khiến cho đoạn trừ.

16. Mười sáu là tu tập chánh pháp, khiến cho tăng trưởng.
17. Mười bảy là tuy có tu tập pháp Thanh văn, Duyên giác nhưng thường xả ly.[176]
18. Mười tám là nghe tạng Bồ-tát, vui thích phụng hành.
19. Mười chín là tự lợi, lợi tha, khiến tăng trưởng tất cả các thiện nghiệp.
20. Hai mươi là giữ gìn hạnh chân thật, cầu tất cả Phật pháp.

Lại nữa, Bồ-tát tu hành trí tuệ còn có mười loại tâm khéo tư duy, không cùng chung với Thanh văn, Duyên giác.

Thế nào là mười?

1. Một là tư duy phân biệt căn bản của định và tuệ.
2. Hai là tư duy lìa bỏ hẳn hai biên chấp thường và đoạn.
3. Ba là tư duy về duyên khởi sinh khởi các pháp.
4. Bốn là tư duy không có chúng sinh, ngã, nhân, thọ mạng.

---

[176] Trong bản Phạn của *Bodhicittotpāda-sūtra-śāstra*, đoạn liệt kê này tương ứng với phần "*viṃśati cittāni*", là hai mươi tâm mà Bồ-tát cần an lập để làm nền tảng cho tuệ học (*prajñā*). Các yếu tố này vừa bao gồm pháp môn căn bản như *śraddhā* (tín), *śruta* (đa văn), *cintā* (tư duy), *bhāvanā* (tu tập), vừa bao hàm pháp môn Đại thừa như thực hành *brahmavihāra* (tứ vô lượng), tu quán *śūnyatā* (không), *ānimitta* (vô tướng), *apraṇihita* (vô nguyện), đồng thời có yếu tố phòng hộ phiền não và nhiếp thọ thiện pháp. Đặc biệt, mục "tuy tu Nhị thừa nhưng thường xả ly" phản ánh lập trường Đại thừa, cho thấy trí tuệ Bồ-tát không chỉ dừng ở giải thoát cá nhân mà hướng về quả Phật toàn giác.

5. Năm là tư duy không có ba đời: quá khứ, hiện tại, vị lai.
6. Sáu là tư duy không có phát khởi tạo tác nhưng nhân quả chẳng đoạn.
7. Bảy là tư duy về pháp không, nhưng trồng các thiện căn không mệt mỏi.
8. Tám là tư duy về vô tướng, nhưng độ chúng sinh chẳng hề bỏ.
9. Chín là tư duy về vô nguyện, nhưng cầu Bồ-đề chẳng lìa.[177]
10. Mười là tư duy về vô tác, nhưng hiện thọ thân chẳng xả bỏ.

Lại nữa, Bồ-tát còn có mười hai pháp môn thiện nhập. Thế nào là mười hai?

1. thiện nhập các tam-muội Không v.v. nhưng không chấp thủ chứng đắc;

---

[177] Trong các bản Phạn, đoạn này tương ứng với liệt kê "*daśa kuśalāḥ cintāḥ*" mười loại thiện tư duy. Nội dung phản ánh tinh thần đặc thù của Đại thừa: các pháp "vô ngã, vô thường, duyên khởi" vốn cũng được đề cập trong A-tì-đạt-ma và Nikāya hệ Pāli, nhưng ở đây được mở rộng sang phạm vi *śūnyatā* (không), *ānimitta* (vô tướng), *apraṇihita* (vô nguyện), *anabhisaṃskṛta* (vô tác). Điểm đặc biệt là mỗi pháp quán này đều đặt trên nền tảng của tâm lợi tha: tuy quán Không mà vẫn tu thiện căn, tuy quán Vô tướng mà vẫn độ chúng sinh, tuy quán Vô nguyện mà vẫn cầu Bồ-đề, tuy quán Vô tác mà vẫn thọ thân để hóa độ. Đây chính là sự dung hợp "tánh Không" và "đại bi" , nguyên lý then chốt của trí tuệ Bồ-tát trong Đại thừa, vượt hẳn khỏi khuynh hướng Niết-bàn tịch diệt của Nhị thừa.

2. thiện nhập các thiền tam-muội nhưng không theo thiền mà sinh khởi chấp trước;
3. thiện nhập các trí thông tuệ nhưng không lấy đó làm chứng đắc pháp vô lậu;
4. thiện nhập pháp nội quán nhưng không chấp thủ nơi quyết định kiến;
5. thiện nhập quán tất cả chúng sinh vốn không tịch, nhưng không bỏ tâm đại từ;
6. thiện nhập quán tất cả chúng sinh vô ngã, nhưng không bỏ tâm đại bi;
7. thiện nhập sinh vào các ác đạo, nhưng không phải do nghiệp mà sinh;
8. thiện nhập pháp lìa dục, nhưng không lấy lìa dục làm chứng đắc;
9. thiện nhập sự xả bỏ lạc dục, nhưng không bỏ lạc nơi Pháp;
10. thiện nhập sự xả bỏ tất cả hý luận, các tưởng, nhưng không bỏ các quán phương tiện;
11. thiện nhập tư duy các pháp hữu vi có nhiều lỗi lầm, nhưng không bỏ pháp hữu vi;
12. thiện nhập pháp vô vi thanh tịnh xa lìa, nhưng không an trụ nơi vô vi. [178]

---

[178] Trong bản Phạn, đoạn này tương ứng với *dvādaśa kuśaladharma-praveśāḥ* (mười hai pháp môn thiện nhập). Các ý then chốt:

Bồ-tát có thể tu tập tất cả các pháp môn thiện nhập như vậy, tức có thể khéo hiểu ba đời là không, không có gì sở hữu. Nếu làm phép quán như thế, nhờ sức trí tuệ quán ba đời đều không, thì tất cả công đức vô lượng đã gieo trồng nơi chư Phật ba đời, đều hồi hướng về Vô thượng Bồ-đề. Đây gọi là Bồ-tát thiện quán ba đời bằng phương tiện[179].

Lại nữa, tuy thấy các pháp quá khứ đã diệt vị lai chưa đến, nhưng Bồ-tát vẫn thường tu tập tinh tấn thiện, không hề biếng trễ. Quán các pháp vị lai tuy chưa sinh khởi, nhưng không bỏ tinh tấn, nguyện hướng về Bồ-đề. Quán các pháp hiện tại tuy

---

1. Không chấp thủ (*na gṛhṇāti, na pratilabhate*): Dù nhập thiền, tam-muội, trí thông, Bồ-tát không chấp vào chứng đắc cá nhân.

2. Đại bi – Đại từ: Dù quán tất cả chúng sinh không, vô ngã, Bồ-tát không bỏ từ bi, đây là điểm khác biệt với định hướng Thanh văn, Duyên giác.

3. Hữu vi và Vô vi: Bồ-tát quán thấy lỗi lầm của pháp hữu vi, và sự thanh tịnh của pháp vô vi, nhưng không bỏ hữu vi (vì còn phải hành nơi thế gian), cũng không an trụ vô vi (vì không rơi vào Niết-bàn yên tĩnh riêng mình).

4. Phương tiện (*upāya*): Dù xả bỏ hý luận, phân biệt, Bồ-tát vẫn giữ các quán phương tiện để giáo hóa chúng sinh.

Như vậy, mười hai thiện nhập pháp môn này cho thấy bản chất "bất nhị" của trí tuệ Bồ-tát: quán Không mà không bỏ Đại bi, thấy lỗi hữu vi mà không lìa hữu vi, thấy thanh tịnh vô vi mà không an trú vô vi. Đây là phương tiện thiện xảo khiến trí tuệ và bi nguyện vận hành đồng thời, đưa Bồ-tát đến gần Vô thượng Bồ-đề.

[179] Tam thế phương tiện (*trikāla-upāya*): Quán ba đời vô tự tính — quá khứ diệt, vị lai chưa sinh, hiện tại chẳng trụ (*atīta-nāgata-pratyutpanna* đều không có tự thể) — nhưng không rơi vào hư vô mà vẫn nỗ lực tích tập thiện căn, chính là tinh thần Bồ-tát.

từng niệm từng niệm diệt mất, nhưng tâm không quên khởi hướng Bồ-đề. Đây gọi là Bồ-tát quán ba đời bằng phương tiện.

Quá khứ đã diệt, vị lai chưa đến, hiện tại chẳng dừng; tuy quán như thế mà các tâm và tâm sở đều sinh diệt, phân tán, hoại mất, song Bồ-tát vẫn không bỏ việc tích tập căn lành, trợ thành các pháp Bồ-đề. Đây gọi là Bồ-tát quán ba đời bằng phương tiện.

Lại nữa, Bồ-tát quán tất cả pháp: thiện và bất thiện, ngã và vô ngã, thật và bất thật, không và chẳng không, thế tục đế và thắng nghĩa đế, chánh định và tà định, hữu vi và vô vi, hữu lậu và vô lậu, hắc pháp và bạch pháp, sinh tử và Niết-bàn , tất cả đều như tánh của pháp giới, là một tướng, vô tướng. Trong đây, không có pháp nào có thể gọi là vô tướng, cũng không có pháp nào lấy làm vô tướng. Như vậy gọi là nhất thiết pháp ấn[180], là pháp ấn bất hoại. Trong pháp ấn ấy, cũng không có tướng ấn. Đó gọi là trí tuệ chân thật[181], là phương tiện Bát-nhã Ba-la-mật.

Bồ-tát Ma-ha-tát phát tâm Bồ-đề nên học như thế, nên hành như thế; hành như thế tức là gần với A-nậu-đa-la tam-miệu tam-bồ-đề. Bồ-tát Ma-ha-tát tu hành trí tuệ, tâm không

---

[180] Nhất thiết pháp ấn (sarvadharmamudrā): Được định nghĩa không phải như dấu ấn cố định mà là tánh vô tướng của tất cả pháp. Đây là sự nối dài của tư tưởng Trung quán: trong Không không có thêm tướng "vô tướng".

[181] Trí và phương tiện hợp nhất: nhấn mạnh *prajñā* (thấy các pháp bình đẳng, vô tướng) đi cùng với *upāya* (không xả bỏ chúng sinh, không xả bỏ thiện căn). Chính nhờ vậy, Bát-nhã Ba-la-mật mới là trí tuệ chân thật, bất hoại, không rơi vào cực đoan đoạn–thường.

chỗ hành, vì pháp tánh thanh tịnh[182], đó chính là thành tựu viên mãn Bát-nhã Ba-la-mật[183].

---

182 心無所行，法性淨故" tương ứng với Phạn: *cittaṁ na kvacit pravartate, dharmatā-śuddhatvāt.* Ý nghĩa là tâm Bồ-tát khi tu Bát-nhã không còn đối tượng sở hành, vì tất cả pháp vốn tịch tịnh thanh tịnh (*dharmatā*). Đây là chỗ rốt ráo của Bát-nhã: trí tuệ không bám vào bất kỳ pháp nào, cũng không an trụ nơi chính "vô trụ," mà an lập trên pháp tánh vốn thanh tịnh.

183 Bát-nhã Ba-la-mật không chỉ là tuệ quán Không, mà là sự viên dung của tuệ quán và pháp tánh, khiến Bồ-tát không còn sở hành phân biệt, nhưng vẫn duy trì phương tiện lợi tha, nhờ đó mà viên mãn con đường hướng đến Vô thượng Bồ-đề.

# PHẨM X: NHƯ THẬT PHÁP MÔN[184]

Nếu thiện nam tử, thiện nữ nhân tu học sáu Ba-la-mật, cầu A-nậu-đa-la tam-miệu tam-bồ-đề, thì nên xa lìa bảy pháp. Thế nào là bảy?

---

[184] T1659_.32.0515b13: 發菩提心經論如實法門品第十.

S: *Tathāgatapramukhyaṃ*: Đức Như Lai là bậc tối thượng. Phạn: *tathāgatapramukhyaṃ*, có độ xác tín cao về mặt từ nguyên, và phù hợp mạch luận: nhấn mạnh Như Lai là bậc tối thắng, làm chuẩn cho sự phát khởi Bồ-đề tâm. Hán: 如實法門; Như thật pháp môn; tuy không tương ứng từ ngữ, nhưng gợi mở một hướng giải thích khác: Bồ-đề tâm gắn liền với "pháp môn như thật", tức tri kiến chân như. Nói cách khác, bản Phạn nghiêng về nhân cách Như Lai (tôn xưng), trong khi bản Hán nghiêng về nguyên lý chân như (tri kiến). Phẩm X trong *Phát Bồ-đề tâm kinh luận* (*Bodhicittotpāda-sūtra-śāstra*), xác định nội dung phẩm này nhằm hiển thị địa vị tối thắng của Như Lai trong toàn bộ tiến trình tu tập và phát khởi Bồ-đề tâm.

1. Xa lìa ác tri thức[185]. Ác tri thức là kẻ dạy người xả bỏ tín tâm thù thắng, dục[186] [như ý túc] thù thắng, tinh tấn thù thắng, tụ tập các hành tạp loạn.
2. Xa lìa nữ sắc, tham đắm dục lạc, gần gũi thế tục và lo việc đời.
3. Xa lìa ác giác, thích ngắm hình dung, tham tiếc, luyến ái, nhiễm trước, giữ gìn, mong cầu lâu dài[187].
4. Xa lìa sân nhuế, bạo ngược, kiêu mạn, tật đố, khởi tranh tụng, phá hoại thiện tâm.

---

185 *ác tri thức* 惡知識 Khả năng tương ứng: *akalyāṇamitra* (cũng thấy *pāpa-mitra*). Nghĩa là những ai khiến người học "xả bỏ" những phẩm chất thù thắng. Hán văn liệt kê ba thứ bị xúi bỏ: (1) thượng tín (上信; *uttama-śraddhā*; (2) thượng tinh tấn (上精進; *uttama-vīrya*). (3) Thượng dục (上欲) cần phân biệt kỹ, xem chú thích dưới.

186 *dục* (欲) có hai trường nghĩa khác biệt: a) *chanda* (dục thiện, ước nguyện, chí cầu): thường dịch là dục (欲) trong các cấu trúc như dục định (欲定); dục (欲), cần (勤), tâm (心), quán (觀) trong tứ như ý túc (四如意足); ở đây thượng dục (上欲) là thắng dục (*uttama-chanda*), tức ý chí/ước nguyện thù thắng để tu đạo. b) *kāma* (dục ái, tham dục ngũ trần): thường dịch là dục (欲)/ tham dục (貪欲)/thị dục (嗜欲). Vì vậy, "ác tri thức" bị phê phán là kẻ dạy người từ bỏ "dục" theo nghĩa a) (*chanda*), trong khi ở dưới, văn bản lại yêu cầu xa lìa thị dục (嗜欲), tức "dục" theo nghĩa b) (*kāma*). Đây là chỗ rất dễ nhầm lẫn nếu không phân biệt ngữ cảnh.

187 Xa lìa ác giác, tự ái thân tướng 離於惡覺... 自觀形容貪惜愛重...守護謂可久保

ác giác/ác niệm (*akuśala-vitarka*/*pāpa-saṃkalpa*); chấp thủ thân thể: *kāya-māna*, *rāga*, *upādāna*, "tưởng là bền lâu": nghịch lý vô thường, liên hệ *anityatā*/*śarīra-anitya*. Nghĩa: dứt ác tư duy; phá chấp thân kiến và ái thủ nơi thân.

5. Xa lìa phóng dật, ngạo mạn, biếng nhác, tự mình ỷ lại chút thiện nhỏ rồi khinh rẻ người khác.
6. Xa lìa sách luận ngoại đạo, cũng như văn chương thế tục, ngôn từ trau chuốt chẳng phải Phật thuyết, không nên tán dương tụng đọc.
7. Không nên thân cận tà kiến, ác kiến.

Như vậy là bảy pháp nên xa lìa. Đức Như Lai nói rằng: Không thấy có pháp nào chướng ngại sâu xa Phật đạo như bảy pháp này.

Vì vậy, Bồ-tát nên xa lìa [các chướng]. Nếu muốn mau chóng đạt được Vô thượng Bồ-đề, thì phải tu tập bảy pháp. Thế nào là bảy?

1. Bồ-tát phải thân cận thiện tri thức[188]. Thiện tri thức, tức là chư Phật, chư Bồ-tát, hoặc hàng Thanh văn, có thể làm cho Bồ-tát an trụ nơi kho tàng giáo pháp thậm thâm và các ba-la-mật. Những vị ấy chính là thiện tri thức của Bồ-tát.

---

188 善知識; s: *kalyāṇamitra*. Nghĩa là bạn lành, thiện hữu. Trong văn Phạn, thường chỉ những người dẫn dắt trên đạo lộ, bao gồm cả Phật, Bồ-tát, Thanh văn. Đây là pháp đối trị với "ác tri thức" (*akalyāṇamitra*).

2. Bồ-tát phải thân cận đời sống xuất gia, cũng phải thân cận pháp A-lan-nhã[189], xa lìa nữ sắc cùng các dục lạc[190], chẳng cùng thế nhân tham dự công việc thế tục.

3. Bồ-tát phải tự quán thân thể như phân nhơ, chỉ chứa đựng những ô uế hôi thối, gió lạnh nóng, máu huyết, chẳng đáng tham trước; mạng sống mỗi ngày đều hướng đến cái chết, cần quán niệm yếm ly và tinh cần tu đạo.

4. Bồ-tát phải thường hành nhu hòa, nhẫn nhục, cung kính, mềm mỏng, lại còn khuyến hóa người khác an trụ trong hạnh nhẫn.

5. Bồ-tát phải tu tập tinh tấn, thường khởi tâm tàm quý[191], cung kính phụng thờ sư trưởng, thương xót kẻ nghèo hèn, thấy người khổ nạn thì lấy thân mình thay thế[192].

6. Bồ-tát phải tu học các kinh điển phương đẳng Đại thừa, Bồ-tát tạng[193], thọ trì đọc tụng những pháp được Phật khen ngợi.

---

189 阿蘭若法 ; s: *āraṇya-dharma*, tức pháp a-lan-nhã (ẩn cư tịch tĩnh, xa lìa ồn náo).

190 女色 、嗜欲; s: *strī-rūpa*, *kāma* (sắc dục, tham dục khả ái). Cần phân biệt với "thắng dục" (*chanda*), tức chí cầu Bồ-đề, thường dịch là "thượng dục" trong các đoạn khác.

191 慚愧 ; s: *hrī-apatrāpya* (tàm, quý).

192 以身代之; gợi đến hạnh *ātmaparityāga* (xả thân vì người), rất phổ biến trong kinh điển Bồ-tát hạnh.

193 方等大乘諸菩薩藏; s: *vaipulya-mahāyāna-bodhisattva-piṭaka*.

7. Bồ-tát phải thân cận tu học đệ nhất nghĩa đế[194], tức là thật tướng[195], nhất tướng[196], vô tướng[197].

Nếu các Bồ-tát muốn mau chóng đạt được Vô thượng Bồ-đề, thì phải thân cận tu tập bảy pháp như vậy.

Lại nữa, nếu có người phát khởi Bồ-đề tâm, nhưng do tâm có chỗ sở đắc[198], nên trong vô lượng a-tăng-kỳ kiếp tu tập từ, bi, hỷ, xả, bố thí, trì giới, an nhẫn, tinh tấn, thiền định, trí tuệ, thì phải biết rằng người ấy vẫn không lìa sinh tử, cũng chẳng hướng đến Bồ-đề. Vì sao? Vì tâm có sở đắc, cùng với các kiến chấp về uẩn, giới, nhập[199]; về ngã, về người, về chúng sinh, về thọ mạng[200]; về từ, bi, hỷ, xả, bố thí, trì giới, an nhẫn, tinh tấn, định, tuệ; tóm lại, là các kiến chấp đối với Phật, Pháp, Tăng

---

194 第一義諦; s: *paramārtha-satya*: đệ nhất nghĩa đế;

195 實相 ; s: *bhūtalakṣaṇa, tattva-lakṣaṇa.*

196 一相; s: *eka-lakṣaṇa*, hàm nghĩa bình đẳng tánh.

197 無相 ; s: *alakṣaṇa.*

198 有所得; s: *sālambana-citta* (tâm có đối tượng chấp trước) hoặc *upādāna-buddhi* (tâm sở hữu đắc). nghĩa là khi Bồ-tát khởi tâm cầu đạo mà còn phân biệt "ta chứng đắc" thì chưa vượt ngoài hữu lậu, trái ngược với tinh thần *aprāpti* (vô sở đắc) trong tư tưởng Bát-nhã.

199 陰界入見; s: *skandha-dṛṣṭi, dhātu-dṛṣṭi, āyatana-dṛṣṭi*: ấm, giới, nhập kiến; tức là chấp thủ năm uẩn, mười tám giới, mười hai xứ như thật hữu.

200 我見 、人見 、眾生見 、壽命見; s: *ātma-dṛṣṭi, pudgala-dṛṣṭi, sattva-dṛṣṭi, jīva-dṛṣṭi.*

Bốn loại kiến chấp thường được liệt kê trong các luận A-tì-đạt-ma và kinh Đại thừa như Kinh Kim Cang: tất cả đều là biến tướng của ngã chấp.

và niết-bàn[201]. Những kiến giải có sở đắc như vậy tức là chấp trước; tâm đã chấp trước thì gọi là tà kiến[202].

Vì sao vậy? Người tà kiến xoay vần trong ba cõi, vĩnh viễn xa lìa lối ra, kẻ chấp trước cũng lại như thế, vĩnh viễn xa lìa lối ra, rốt cuộc không thể chứng đắc A-nậu-đa-la tam-miệu tam-bồ-đề. Nếu có người phát Bồ-đề tâm, thì phải quán sát tâm ấy là tướng không. Thế nào là tâm? Thế nào là tướng không?

Tâm gọi là ý thức, tức là uẩn thức, ý nhập, ý giới[203]. Tướng không của tâm là: tâm không có tự tướng của tâm, [204]. cũng không có tác giả.[205] Vì sao? Vì tướng tâm là không, không có tác giả, cũng không có kẻ sai khiến tác giả. Nếu không có tác giả thì cũng không có tướng tạo tác.

Nếu Bồ-tát hiểu rõ pháp này, thì đối với tất cả pháp đều không chấp trước. Do không chấp trước nên đối với các thiện, ác không còn phân biệt quả báo; đối với hạnh từ thì không còn

---

201 佛法僧見及涅槃見; s: *buddha-dṛṣṭi, dharma-dṛṣṭi, saṃgha-dṛṣṭi, nirvāṇa-dṛṣṭi.* Ý nghĩa: ngay cả nếu chấp vào Tam bảo hay niết-bàn như một "sở đắc" thật hữu, thì cũng là kiến chấp. Đây là chỗ tinh vi của Đại thừa: phá chấp trước ngay cả đối với pháp lành tối thắng.

202 邪見 ; s: *mithyā-dṛṣṭi* : tà kiến. Ở đây, tà kiến không chỉ là kiến sai lầm về pháp ác, mà còn bao gồm mọi chấp trước về "sở đắc".

203 心名意識，即是識陰、意入、意界; s: *vijñāna-skandha* (uẩn thức), *manāyatana* (ý xứ), *manodhātu* (ý giới). Đây là phân tích từ ba hệ thống phân loại: ngũ uẩn, thập nhị nhập, thập bát giới.

204 心空相者，心無心相亦無作者; s: *citta-śūnyalakṣaṇa*: tướng không của tâm, nghĩa là tâm vốn không có tự tướng.

205 無作者; s: *akartṛ* : không có tác giả. 無使作者; s: *akārayitṛ*: không có kẻ sai khiến tạo tác

thấy có "ngã", đối với hạnh bi thì không còn thấy có "chúng sinh", đối với hạnh hỷ thì không còn thấy có "thọ mạng", đối với hạnh xả thì không còn thấy có "người".

Dẫu hành bố thí cũng chẳng thấy vật thí[206]; dẫu trì giới cũng chẳng thấy tâm thanh tịnh; dẫu hành nhẫn cũng chẳng thấy chúng sinh; dẫu hành tinh tấn cũng chẳng khởi tâm lìa dục; dẫu hành thiền định cũng chẳng khởi tâm trừ ác; dẫu hành trí tuệ thì tâm không có chỗ hành.

Tuy đối với mọi duyên đều là trí tuệ, nhưng không chấp trí tuệ, không thủ trí tuệ, không thấy trí tuệ[207]. Hành giả tu tập trí tuệ như vậy, mà không có chỗ tu cũng không có chỗ chẳng tu[208]; vì để hóa độ chúng sinh mà hiện hành lục độ, song bên trong thì thanh tịnh. Hành giả khéo tu tâm như vậy, chỉ trong một niệm gieo trồng căn lành, quả báo phước đức vô lượng vô biên[209], trải qua trăm ngàn muôn ức a-tăng-kỳ kiếp cũng chẳng thể cùng tận, tự nhiên được gần gũi A-nậu-đa-la tam-miệu tam-bồ-đề.

---

206 雖行布施不見施物...; s: – *dāna, śīla, kṣānti, vīrya, dhyāna, prajñā* (lục ba-la-mật). Dù hành trì lục độ nhưng không trụ tướng, phù hợp tinh thần Kinh Kim Cang (*Vajracchedikā Prajñāpāramitā*).

207 不著智慧、不得智慧、不見智慧; s: *na upādāya prajñāṃ, na prāptaye prajñāṃ, na paśyati prajñāṃ*. Nêu rõ tinh thần "trí tuệ vô sở đắc".

208 無所修亦無不修; s: *na bhāvayati, na abhāvayati* (không tu cũng không không tu), hiển thị "trung đạo" trong tu tập.

209 一念頃所種善根，福德果報無量無邊; Chỉ một niệm gieo căn lành, phước báo vô tận (*anantā aparimita*), đây là lời xác quyết năng lực bất khả tư nghì của Bồ-đề tâm vô tướng.

# PHẨM XI: KHÔNG VÔ TƯỚNG (Śūnyalakṣaṇam)[210]

Một thời, Đức Phật ở trong rừng trúc Ca-lan-đà cùng với vô số đại chúng hội họp. Khi ấy, Thế Tôn tuyên giảng chánh pháp, bảo các đại chúng: "Các pháp mà Như Lai nói đều không có tự tánh[211], đều là không, không có sở hữu[212]; tất cả thế gian đều khó tin, khó hiểu. Vì sao? Vì sắc không có sự trói buộc, cũng không có sự giải thoát[213]; thọ, tưởng, hành, thức cũng không có trói buộc, cũng không có giải thoát.

---

210 T1659_.32.0516a09: 發菩提心經論空無相品第十一

211 無性 (vô tánh) ; s: *niḥsvabhāva*: vô tự tánh, tức các pháp không có bản chất tự hữu. Đây là công thức căn bản của tư tưởng Trung quán và Bát-nhã.

212 空無所有 (không, không sở hữu) ; s: *śūnya, niḥsāra, anādheya*:

- *śūnya*: trống rỗng, không tự thể.
- *niḥsāra*: không có thực chất, vô cội gốc.
- *anādheya*: không có chỗ nương tựa.

213 色無縛無解 ; s: *rūpaṃ na kṣayo na mokṣaḥ*: nhấn mạnh "không trói buộc, không giải thoát". Phạn: "không hoại diệt, không giải thoát" (*na kṣayo na mokṣaḥ*). Có sự Sai biệt: Hán bản diễn dịch theo hướng tâm lý tu chứng (trói buộc/giải thoát), Phạn bản theo hướng bản thể luận (hoại diệt/giải thoát).

Sắc không có tướng, lìa tất cả tướng[214]; thọ, tưởng, hành, thức cũng không có tướng, lìa tất cả tướng.

Sắc không có niệm[215], lìa tất cả niệm; thọ, tưởng, hành, thức cũng không có niệm, lìa tất cả niệm. Sáu căn: mắt, tai, mũi, lưỡi, thân, ý và các pháp cũng lại như vậy. Không có nắm giữ cũng không có bỏ lìa[216]; không có nhơ cũng không có sạch; không có đi cũng không có đến; không có tiến cũng không có lùi; không có tối tăm cũng không có sáng suốt; không có si mê cũng không có trí tuệ; không phải bờ này, cũng không phải bờ kia, cũng không phải giữa dòng. Đó gọi là không trói buộc. Do không trói buộc nên là không. Không gọi là vô tướng, vô tướng cũng là không[217], đó gọi là không. Không gọi là vô niệm, vô niệm cũng là không, đó gọi là không[218].

---

214 色無相離諸相 ; s: *rūpa-lakṣaṇāni tyajati na lakṣaṇam*: bỏ các tướng của sắc, nhưng không thật có tướng nào để bỏ". Hán: "sắc không có tướng, lìa các tướng". Cả hai đồng quy vào nghĩa phủ định tự tướng.

215 色無念離諸念; s: *rūpakṣaṇaṃ tyajati na kṣaṇam*: lìa bỏ các sát-na của sắc, nhưng không có sát-na nào để lìa bỏ". Hán: "sắc không có niệm, lìa các niệm". Ở đây, Hán bản dùng "niệm" (念) để dịch *kṣaṇa* (sát-na).

216 無取無捨 (không thủ, không xả); s: *na grāhyā na poṣyāḥ*: không nắm giữ, không dưỡng nuôi.

Bản Hán dịch mở rộng thành một chuỗi phủ định: "không thủ, không xả; không nhơ, không sạch; không đi, không đến; không hướng, không lui..."

217 空名無相，無相亦空; s; *śūnyam ucyate lakṣaṇam, alakṣaṇam api śūnyam*: "Không được gọi là tướng; phi tướng cũng gọi là không". Hán: "Không gọi là vô tướng; vô tướng cũng là không".

218 空名無念，無念亦空; s: *śūnyam ucyate...*: khẳng định tính không ngay cả đối với "niệm/vô niệm".

Vô niệm cũng là không[219], đó gọi là không. Trong không không có thiện, không có ác, cho đến ngay cả không tướng cũng không, nên gọi là không. Nếu Bồ-tát biết rõ tánh của uẩn, giới, nhập là không, thì không còn chấp thủ, đó gọi là pháp nhẫn[220]. Do Bồ-tát an trụ nơi nhẫn này, nên được thọ ký nhẫn[221].

Này các Phật tử! Ví như có Bồ-tát viết kinh điển của Như Lai (mười hai bộ kinh) lên hư không[222]. Qua vô lượng kiếp,

---

Phạn bản XI *Śūnyalakṣaṇam* nghiêng về lập luận triết lý: phủ định từng cấp độ của uẩn, xứ, giới bằng cách cho thấy chúng không có tự tướng (*na lakṣaṇam*), không có sát-na (*na kṣaṇam*). Hán bản triển khai gần hơn với ngôn ngữ tu tập: "không trói buộc, không giải thoát; không thủ, không xả; không nhơ, không sạch." Có điểm sai biệt quan trọng về dịch thuật: "*kṣaya*" (hoại diệt) được dịch thành "縛" (trói buộc); "*kṣaṇa*" (sát-na) dịch thành "念" (niệm). Điều này cho thấy: Bản Hán thường dùng ngôn ngữ thực tế, mang nghĩa đạo hạnh để cho hành giả dễ hiểu, thay vì giữ nguyên lập luận triết lý vi tế của bản Phạn. Bản Hán thiên về phương diện thực hành, bản Phạn thiên về phương diện tánh không luận (*śūnyatāvāda*).

219 空念亦空; s: *śūnyatāyāṃ... na kuśalaṃ na ca akuśalaṃ*: trong tánh không, không có thiện, không có bất thiện. "無念亦空" tương ứng với *alakṣaṇaṃ api śūnyam* (ngay cả phi tướng cũng là không).

220 法忍 (*dharma-kṣānti*): bản Phạn ghi rõ *bodhisattvo yathā vai jānāti skandha-dhātu-āyatana-śūnyatām... iti dharmakṣāntiḥ* : "Bồ-tát biết rõ tính không của uẩn, giới, nhập, đó gọi là pháp nhẫn".

221 授記忍; s: *adhyāśaya-prativedha-kṣāntiḥ* (trong nhiều kinh Bát-nhã gọi là *anutpattika-dharma-kṣānti*, pháp nhẫn về vô sinh pháp). *Dharma-kṣānti* là đỉnh cao: Bồ-tát khi chứng nhẫn này thì được "授記" (vyākaraṇa), chắc chắn thành Phật. "授記忍" nghĩa là nhẫn đưa đến thọ ký thành Phật.

222 譬如菩薩仰書虛空... ; s: *buddhaghoṣatāṃ śāsti bodhisattvaḥ likhākārakaḥ... likhati vā likhāpayati vā* "Bồ-tát gọi là Phật âm, là người

Phật pháp diệt mất, người cầu pháp không thấy không nghe, chúng sinh điên đảo, tạo ác vô biên. Lại có người ở phương khác, thanh tịnh trí tuệ, thương xót chúng sinh, rộng cầu Phật pháp, khi đi đến nơi ấy, thấy chữ trong hư không, văn tự rõ ràng liền nhận biết, đọc tụng, thọ trì, hành đúng như lời, rộng vì chúng sinh mà phân biệt tuyên thuyết lợi ích. Vậy người viết chữ trong hư không ấy, và người có thể nhận biết chữ trong hư không[223] ấy, có thể nghĩ bàn được chăng? Chính nhờ đó mà Phật pháp được tuyên thuyết, tu tập, thọ trì, dẫn dắt chúng sinh ra khỏi trói buộc.

Này các Phật tử! Như Lai dạy rằng: Trong quá khứ, khi cầu đạo Bồ-đề, đã từng gặp ba mươi ba ức chín vạn tám ngàn chư Phật. Khi ấy, đều làm Chuyển luân thánh vương, lấy tất cả các

---

chép pháp, hoặc tự viết, hoặc khiến người khác viết, ghi nhớ, thọ trì, đọc tụng, tuyên thuyết pháp." Phạn bản nói trực tiếp về "*Bodhisattva likhākārakaḥ*" (Bồ-tát là người chép pháp, tuyên dương pháp), còn Hán bản dùng ẩn dụ "書空" (viết trong hư không).

223 識空字人 ; s: yaś ca jñānāvabodhakaḥ" (người có trí khai mở nhận ra pháp). Hán dịch dùng ẩn dụ "viết chữ trong hư không" để chỉ tính không của pháp: kinh điển vốn như chữ viết trong hư không, nhưng vẫn có thể được nhận biết và truyền bá. *Viết chữ nơi hư không*: chỉ pháp vốn không, vô tự tánh. *Người đọc được chữ trong hư không*: chỉ Bồ-tát có trí tuệ thấy tánh không, vẫn có thể nương vào đó mà lợi ích hữu tình. Đây là điểm độc đáo: khẳng định Phật pháp vừa "không" (śūnya) vừa "khả dụng" (upāya), nên truyền thừa vẫn diễn ra.

Hình ảnh "書空" (viết trong hư không) trong Hán bản là cách dịch sáng tạo, ẩn dụ hoá ý nghĩa trong Phạn văn về Bồ-tát chép pháp (*likhākāraka*). Tư tưởng cốt lõi: *Kinh điển là "chữ viết trong hư không"*, không thật hữu nhưng có công năng dẫn dắt chúng sinh ra khỏi trói buộc.

thứ vui để cúng dường chư Phật cùng đại chúng đệ tử. Nhưng vì có tâm sở đắc[224] nên không được thọ ký[225].

Sau đó, lại gặp tám vạn bốn ngàn ức chín vạn Bích-chi Phật, cũng dùng bốn sự cúng dường suốt đời. Sau đó nữa, lại gặp sáu trăm hai mươi vạn một ngàn hai trăm sáu mươi mốt Đức Phật. Khi ấy, cũng đều làm Chuyển luân thánh vương, lấy tất cả các thứ vui cúng dường trọn đời. Khi chư Phật diệt, dựng tháp bảy báu cúng dường xá-lợi; khi Phật khác xuất thế, thì đến đón rước, thỉnh chuyển pháp luân, cúng dường vô số trăm ngàn muôn ức Đức Phật như thế.

Tất cả Như Lai này đều ở trong pháp Không mà nói các pháp tướng; nhưng vì có tâm sở đắc nên cũng không được thọ ký. Tuần tự như vậy, mãi đến khi gặp Đức Phật Nhiên Đăng[226]

---

224 有所得 hữu sở đắc; s: *prāpti, upādāna-buddhi, labdhi-dṛṣṭi*. Nghĩa là: tâm chấp có thành tựu, có chứng đắc. Đây là chướng ngại khiến không thể được thọ ký (*vyākaraṇa*).

225 授記 ; s: *vyākaraṇa*: thọ ký. Nghĩa: sự ấn chứng của chư Phật, bảo đảm chắc chắn thành Phật trong vị lai. Chỉ khi chứng được *anutpattika-dharma-kṣānti* (vô sinh pháp nhẫn) thì mới được thọ ký.

226 Đức Phật Nhiên Đăng (*Dīpaṅkara*; 燃燈佛) là một vị Phật quá khứ trọng yếu trong truyền thống Phật giáo, nổi bật với sự kiện thọ ký (*vyākaraṇa*) cho Bồ-tát khi ấy là ẩn sĩ Thiện Huệ (*Sumedha*). Theo văn hiến Pāli, *Buddhavaṃsa* (*Khuddakanikāya*) quyển II thuật lại rằng *Dīpaṅkara* xuất hiện tại thành *Rammavatī*; ẩn sĩ Thiện Huệ (*Sumedha*) trải tóc và thân mình lấp bùn để cúng dường, phát nguyện thành Phật trong vị lai, và được *Dīpaṅkara* ấn chứng sẽ thành Thích-ca Mâu-ni (*Śākyamuni*) sau bốn a-tăng-kỳ cùng một trăm ngàn kiếp, nhờ tích tụ mười ba-la-mật; phần *Nidānakathā* (dẫn nhập *Jātaka*, quyển I) triển khai chi tiết mô-típ "trải tóc" và lời thệ nguyện của *Sumedha*. Trong Hán tạng, các bản truyện

ra đời, thấy Phật nghe pháp, liền được vô sinh pháp nhẫn[227], nhờ chứng pháp nhẫn này mà mới được thọ ký. Đức Phật Nhiên Đăng cũng ở trong pháp Không mà nói các pháp tướng, độ thoát vô lượng trăm ngàn chúng sinh, nhưng thật ra không có nói gì, cũng không có độ gì.

Đức Thế Tôn Mâu-ni hiện ra ở đời, cũng ở trong pháp Không mà nói có văn tự[228], truyền dạy, khuyến khích, khiến

---

bản sinh và bản hạnh Đại thừa tường thuật những dị bản tương cận *Phật bản hạnh tập kinh* (佛本行集經) (T190) và *Phổ diệu kinh* (*Lalitavistara*, 普曜經; T186) đều nêu hình tượng Phật Nhiên Đăng thuyết pháp trong "pháp Không" và thọ ký Bồ-tát vị lai; một số kinh thuộc hệ nhân–quả và bản hạnh như *Quá khứ hiện tại nhân quả kin*h ( 過去現在因果經 ; T189) cũng liệt kê. Đức Phật Nhiên Đăng trong hệ thống chư Phật quá khứ. Tên gọi Nhiên Đăng (Dīpaṅkara) có nghĩa là "Đấng dựng đèn/soi sáng" (*dīpa*, "đèn"; *aṅkara*, "làm nên"), trở thành biểu tượng kinh điển cho tiền lệ thọ ký của chư Phật đối với Bồ-tát, được Đại thừa khai triển theo nhãn quan tánh Không: "thuyết pháp trong Không" và "thọ ký vô sở đắc" (*anutpattika-dharma-kṣānti*) như điều kiện cho sự thọ ký. Trong bối cảnh *Bodhicittotpāda-sūtra-śāstra*, Nhiên Đăng được dẫn làm điểm nút chuyển từ "hữu sở đắc" (prāpti/upādāna) sang "vô sinh pháp nhẫn", nhấn mạnh rằng chỉ khi đoạn tận chấp trước vào đối tượng công đức thì thọ ký mới thành tựu. Tư liệu đối chiếu chính: Pāli *Buddhavaṃsa* II (ấn bản PTS), *Jātaka* I, *Nidānakathā* (PTS); Hán tạng CBETA: T186 普曜經, *T189* 過去現在因果經, T190 佛本行集經 (đều tra theo ký hiệu Taishō trong CBETA/SAT *Buddhavaṃsa*, ch. II "Dīpaṅkarabuddhavaṃsa" (PTS). *Jātaka*, vol. I, *Nidānakathā* (PTSCBETA, T186; CBETA, T190. CBETA, T189.

227 無生法忍 ; s: anutpattika-dharma-kṣānti: pháp nhẫn về vô sinh. Đây là điểm chuyển từ hữu sở đắc sang vô sở đắc: nhẫn biết rõ tất cả pháp vốn vô sinh, vô tướng.

228 於空法中說諸法相; s: *śūnyatāyāṃ dharmalakṣaṇāni deśayati*. Nghĩa: Như Lai luôn thuyết pháp trong "pháp Không": pháp tướng được hiển thị

mọi người thọ trì tu tập, nhưng thật ra không có gì để truyền dạy, cũng không có gì để thọ trì[229]. Nên biết rằng: tánh tướng của pháp vốn đều là không; người viết là không, người nhận biết là không, người nói là không, người hiểu là không[230]; từ xưa vốn không, tương lai cũng không, hiện tại cũng không[231].

Do các Bồ-tát tích tập muôn điều thiện, nhờ sức phương tiện[232], tinh cần không mỏi mệt, công đức viên mãn, liền chứng được A-nậu-đa-la tam-miệu tam-bồ-đề. Thật sự việc ấy rất khó, chẳng thể nghĩ bàn.

---

trong không tánh, không có sở đắc, không có thật thuyết.

229 s: *na kaścid deśyati, na kaścid pāritaḥ*. Nghĩa : Dù Phật thị hiện thuyết pháp, độ sinh, nhưng rốt ráo không có thuyết, không có độ. Đây là tinh thần Bát-nhã Ba-la-mật-đa (*Prajñāpāramitā*).

230 書者亦空、識者亦空、說者亦空、解者亦空; s: *likhākārakaḥ śūnyaḥ, jñānāvabodhakaḥ śūnyaḥ, vacanakaḥ śūnyaḥ, vyākhyātā śūnyaḥ*. Nghĩa là: tất cả hành vi ghi chép, nhận biết, giảng nói, hiểu biết đều là không. Đây là mở rộng hình ảnh ẩn dụ "書空" (viết trong hư không) để diễn đạt toàn diện về tánh Không.

231 從本來空、未來亦空、現在亦空; s: *anādikālikā śūnyatā, anāgata-śūnyatā, vartamāna-śūnyatā*. Nghĩa: tính Không của pháp vốn không do thời gian mà đổi khác; ba đời đều Không.

232 方便力; s: *upāya-bala*: phương tiện lực. Trong văn hệ Bồ-tát tạng, phương tiện thiện xảo (*upāya-kauśalya* ) là yếu tố bất khả thiếu bên cạnh *prajñā* (trí tuệ).

Ở trong chỗ không có pháp[233] mà nói các pháp tướng, ở trong chỗ không có đắc mà nói pháp có đắc[234] , những việc như vậy thuộc cảnh giới chư Phật, chỉ có thể dùng trí vô lượng mới có thể hiểu, chẳng phải suy lường phân biệt mà có thể biết được.

Bồ-tát mới phát tâm, với lòng chí thành, cung kính ngưỡng mộ, yêu thích Bồ-đề, vì tin lời Phật dạy nên dần dần có thể nhập vào. Thế nào là tín? Tin quán bốn Thánh đế, trừ bỏ các phiền não, vọng kiến và kết phược, chứng quả A-la-hán. Tin quán mười hai nhân duyên, diệt trừ vô minh và hành, chứng quả Bích-chi Phật. Tin tu bốn tâm vô lượng và sáu Ba-la-mật, thì chứng được A-nậu-đa-la tam-miệu tam-bồ-đề. Đó gọi là tín nhẫn[235].

---

233 於無法中說諸法相; s: *adharmāsu dharmalakṣaṇāni deśayati*. Nghĩa: trong cái gọi là "phi pháp" (vô pháp), chư Phật vẫn hiển bày pháp tướng, biểu thị tính chất "Không" của ngôn thuyết.

234 於無得中說有得法; s: *aprāptau prāptidharmaṃ deśayati*. Nghĩa: trong vô sở đắc lại nói có sở đắc pháp. Đây là nghịch ngữ thường thấy trong hệ *Prajñāpāramitā*: "không có gì để đắc, nhưng vẫn thành tựu vô thượng Bồ-đề". Bản Hán sử dụng cặp đối ngữ "於無法中說諸法相 / 於無得中說有得法" chính là ý nghĩa "pháp /phi pháp/", "đắc/phi đắc " quen thuộc trong hệ Bát-nhã, nhấn mạnh giáo nghĩa vô sở đắc (*anupalabdha*).

235 信忍; s: *śraddhākṣānti*: an trụ nơi nhẫn do lòng tin. Đây là bậc sơ khởi trong tiến trình pháp nhẫn: *śraddhākṣānti* (tín nhẫn), *dharma-kṣānti* (pháp nhẫn); *anutpattika-dharma-kṣānti* (vô sinh pháp nhẫn). Nêu rõ một hệ thống ba thừa theo *tín*: 1. Tín quán tứ đế: A-la-hán (Thanh văn thừa). 2. Tín quán thập nhị nhân duyên: Bích-chi Phật (Duyên giác thừa).3. Tín tu tứ vô lượng tâm, sáu Ba-la-mật: Vô thượng Bồ-đề (Bồ-tát thừa). Thuật ngữ "tín nhẫn" (*śraddhākṣānti*) đánh dấu sự kết hợp: lấy *tín* làm căn bản,

Chúng sinh từ vô thủy sinh tử đến nay, chấp thủ bám chặt tướng, nên không thấy được pháp tánh. Vì vậy, trước hết phải quán sát năm uẩn[236] của chính thân mình chỉ là giả danh gọi là "chúng sinh", trong đó không có ngã[237], cũng không có chúng sinh thật.

Vì sao? Nếu có ngã, thì ngã ấy phải tự tại. Nhưng các chúng sinh thường bị sinh, già, bệnh, chết xâm hại, chẳng thể tự tại, nên phải biết là vô ngã.[238]

Vô ngã thì cũng không có tác giả, không có tác giả thì cũng không có thọ giả[239]. Pháp tánh thanh tịnh, như thật, thường

---

lấy *nhẫn* (*kṣānti*) làm chỗ an trụ, là bước đầu dẫn vào pháp nhẫn sâu xa hơn (vô sinh pháp nhẫn).

236 五陰; s: *pañca-skandha*: năm uẩn: sắc (*rūpa*), thọ (*vedanā*), tưởng (*saṃjñā*), hành (*saṃskāra*), thức (*vijñāna*). Được gọi là "giả danh chúng sinh" (*prajñapti-sattva*), không có thật ngã.

237 無我 (*anātman*): giáo nghĩa căn bản, phủ định tự ngã thường hằng. Đoạn văn lập luận: nếu có ngã thì ngã ấy phải tự tại; nhưng do chịu sự chi phối của sinh, lão, bệnh, tử (*jāti-jarā-vyādhi-maraṇa*), nên chứng minh vô ngã.

238 Lập luận "nếu có ngã thì phải tự tại, nhưng vì chịu sinh già bệnh chết nên không tự tại" tương ứng với lập luận trong kinh Vô Ngã Tướng (*Anattalakkhaṇa-sutta*) (SN 22.59, Pāli), cho thấy nền tảng Nguyên thủy được triển khai lại trong văn cảnh Đại thừa.

239 無作者 (*akartṛ*), 無受者 (*abhoktṛ*): phủ định cả chủ thể hành động lẫn chủ thể thọ nhận. Đây là bước triển khai sâu hơn của giáo lý vô ngã: không chỉ không có ngã, mà ngay cả ý niệm "người làm, người chịu" cũng không tồn tại. Điểm đặc biệt: bản Hán nối kết "vô ngã" với "không có tác giả, không có thọ giả" (*akartṛ-abhoktṛ*), một cách diễn giải quen thuộc trong văn hiến Trung quán và Bát-nhã.

trụ[240]. Quán sát như vậy tuy chưa thể rốt ráo, gọi là thuận nhẫn[241]. Bồ-tát tu tập tín thuận nhẫn này, chẳng bao lâu sẽ thành tựu pháp nhẫn tối thượng[242].

---

240 法性清淨如實常住; s: *dharmatā viśuddhā yathābhūta nitya-sthita.*

– *dharmatā*: pháp tánh, chân như.

– *viśuddhā*: thanh tịnh.

– *yathābhūta*: như thật.

– *nitya-sthita*: thường trụ.

241 順忍 (śraddhānuśrava-kṣānti / śrutānusāri-kṣānti, đồng nghĩa "anuloma-kṣānti" : thuận nhẫn): nhẫn thuận theo quán chiếu vô ngã, chưa phải rốt ráo vô sinh pháp nhẫn, nhưng đã khởi sự hòa hợp với thật tướng.

242 最上法忍 (uttama-dharma-kṣānti / anutpattika-dharma-kṣānti): pháp nhẫn tối thượng, tức vô sinh pháp nhẫn, là đỉnh cao của tuệ giác Bồ-tát. Ở đây mô tả tiến trình tuần tự của Bồ-tát trong pháp nhẫn: 1. Tín nhẫn (śraddhākṣānti): dựa vào lòng tin, bước đầu an trụ. 2. Thuận nhẫn (anuloma-kṣānti): quán vô ngã nơi năm uẩn, giới, nhập, nhưng chưa rốt ráo. 3. Pháp nhẫn tối thượng (anutpattika-dharma-kṣānti): chứng vô sinh, vượt ngoài mọi chấp trước.

tiến trình ba bậc nhẫn

(1) 信忍 – śraddhākṣānti (Tín nhẫn)

• Căn bản là lòng tin vào lời Phật dạy.

• Hành giả quán:

– Tứ Thánh đế ⟶ quả A-la-hán.

– Thập nhị nhân duyên ⟶ quả Bích-chi Phật.

– Tứ vô lượng tâm, Lục Ba-la-mật ⟶ A-nậu-đa-la Tam-miệu Tam-bồ-đề.

⟶ Đây là bước nhập môn, khởi từ tín tâm.

↓ (nhờ tín làm nền)

(2) 順忍 – anuloma-kṣānti (Thuận nhẫn)

---

• Hành giả thuận theo trí tuệ quán sát vô ngã.

• Quán ngũ uẩn (*pañca-skandha*) là giả danh, không có ngã.

• Lý luận: "Nếu có ngã → phải tự tại. Nhưng vì bị sanh, lão, bệnh, tử chi phối → không tự tại → vô ngã."

• Vô ngã đồng nghĩa: không tác giả (*akartṛ*), không thọ giả (*abhoktṛ*).

→ Đây là nhẫn thuận với pháp tánh, nhưng chưa rốt ráo.

↓ (thành thục quán vô ngã)

(3) 法忍 – anutpattika-dharma-kṣānti (Vô sinh pháp nhẫn / Pháp nhẫn tối thượng)

• Chứng nhập: tất cả pháp vốn vô sinh (*anutpanna*), vô tướng (*alakṣaṇa*), vô đắc (*aprāpti*).

• Không còn thủ trước nơi thiện ác, ngã – nhân – chúng sinh – thọ giả.

• Đây là nhẫn tối thượng, nhờ đó Bồ-tát mới được Phật thọ ký (*vyākaraṇa*).

→ Thành tựu trí vô phân biệt, nhập cảnh giới chư Phật.

Đối chiếu với Kinh Vô Ngã Tướng Anattalakkhaṇa-sutta (SN 22.59, Pāli)

– Đức Phật thuyết cho năm Tỳ-kheo sau khi chứng quả:

• Năm uẩn (pañcakkhandhā) đều là vô ngã (anattā).

• Lý luận: "Nếu sắc là ngã, thì sắc không nên đưa đến khổ; không nên biến hoại theo ý muốn. Nhưng vì sắc vô ngã, nên chịu chi phối bởi sanh–già–bệnh–chết."

• Kết quả: năm Tỳ-kheo chứng A-la-hán, giải thoát.

Tương ứng với "順忍":

– Lập luận đồng nhất: nếu có ngã → phải tự tại; vì không tự tại → vô ngã.

– Nhưng trong Bodhicittotpāda-sūtra-śāstra, lý luận này không chỉ dẫn đến A-la-hán, mà còn là nấc thang để tiến lên vô sinh pháp nhẫn.

---

Đối chiếu với hệ Bát-nhã Ba-la-mật (*Prajñāpāramitā*)

– Trong Bát thiên tụng (*Aṣṭasāhasrikā Prajñāpāramitā*) và Kim Cang (*Vajracchedikā*), nhiều lần nhấn mạnh:

• Bồ-tát hành lục độ mà "không thấy có pháp để hành, không thấy chúng sinh để độ."

• "Ưng vô sở trụ nhi sinh kỳ tâm" (應無所住而生其心).

• Thành tựu trí tuệ Ba-la-mật chính là nhờ vô sinh pháp nhẫn (*anutpattika-dharma-kṣānti*).

Tương ứng với "法忍":

– Vô sinh pháp nhẫn chính là cốt lõi Bát-nhã: không pháp nào để thủ đắc, nhưng Bồ-tát vẫn vận dụng phương tiện để lợi sinh.

– Đây là cảnh giới chư Phật: "thuyết pháp mà thật không thuyết, độ sinh mà thật không độ."

Liên hệ ba thừa:

– Tín nhẫn (信忍) bao gồm cả Thanh văn thừa (Tứ đế) và Duyên giác thừa (Thập nhị nhân duyên), rồi mở ra Đại thừa (Bồ-tát đạo).

Tiếp nối truyền thống Nguyên thủy:

– Lập luận vô ngã trong Anattalakkhaṇa-sutta trở thành nền móng cho "thuận nhẫn" trong Đại thừa.

Khai triển Đại thừa:

– Từ thuận nhẫn tiến đến vô sinh pháp nhẫn, nhấn mạnh tinh thần vô sở đắc của Prajñāpāramitā.

# PHẨM XII. CÔNG ĐỨC TRÌ (Puṇyaparyāya)[243]

Bồ-tát tu tập viên mãn tâm vô tướng[244], nhưng tâm ấy chưa từng an trụ trong sự tạo tác. Bồ-tát này đối với các tướng của nghiệp đều biết rõ mà vẫn làm[245], vì để tu tập căn lành cầu Bồ-đề nên không bỏ hữu vi; vì vì chúng sinh tu đại bi nên không

---

243 T1659_.32.0516c08: 發菩提心經論功德持品第十二

244 S: nirnimitta-citta; 無相心: âm không nắm bắt tướng, tức không chấp thủ vào các hành vi hữu vi (saṃskṛta). Phạn văn: *acintyatvād api cittam na karmasu pratibaddham*. Ý nói, tâm Bồ-đề vượt ngoài khái niệm về tác nghiệp.

245 是菩薩於諸業相知而故作; s: *karmākṣayāt jñānam api karoti karmāṇi*: Nghĩa "Do công đức không bao giờ hết, nên trí tuệ cũng tác nghiệp." Ở đây, "*jñāna*" (trí tuệ) đi cùng "*karoti karmāṇi*" (vẫn tác nghiệp). Điều này khẳng định: Bồ-tát dù có trí tuệ thấy rõ tính chất vô thường, vô ngã, không thật của các hành, nhưng vẫn hành trì các thiện nghiệp (*kuśala-karma*) để tích lũy căn lành, không rơi vào cực đoan đoạn diệt. 諸業相: "các tướng của nghiệp", tức là những đặc tính, biểu hiện của nghiệp (*karma-lakṣaṇa*). Trong nghĩa Abhidharma, nghiệp có ba loại: thân nghiệp (kāya-karman), khẩu nghiệp (vāk-karman), ý nghiệp (mano-karman). Mỗi nghiệp đều có tướng trạng riêng: phát khởi từ tâm, lưu lại tập khí, dẫn đến quả dị thục. 而故作: "mà vẫn làm", ở đây hàm nghĩa không phải là vô minh khiến tạo nghiệp, mà là tác nghiệp có chủ ý (*abhiprāyena karoti*), lấy đại bi làm động lực, lấy trí tuệ làm hướng dẫn.

*Nghiệp bất tịnh / nghiệp thanh tịnh*: Phàm phu do vô minh mà tạo nghiệp dẫn đến luân hồi. Bồ-tát do trí tuệ mà tạo nghiệp, nên nghiệp ấy thanh

trụ vô vi; vì cầu trí chân thật vi diệu của chư Phật nên không bỏ sinh tử; vì để độ vô biên chúng sinh khiến không sót lại

---

tịnh, hướng về Bồ-đề. Đây được gọi là nghiệp vô lậu tương tợ hữu lậu (*saṃskṛta* mà không bị *saṃkleśa*).

• Phương tiện thiện xảo (upāya): Bồ-tát "biết rõ mà vẫn làm" chính là biểu hiện của phương tiện: thấy tánh Không của các pháp, nhưng vì đại bi không bỏ nghiệp lành, không bỏ hành động lợi tha.

• Tránh hai cực đoan:

Nếu chỉ "biết rõ" mà không làm, tức là rơi vào cực đoan trụ vô vi, lìa bỏ sinh tử, thiếu đại bi.

Nếu "làm" mà không biết rõ, tức là phàm phu vô minh, bị trói buộc trong nghiệp.

Bồ-tát là trung đạo: vừa "biết rõ" (trí tuệ, prajñā), vừa "vẫn làm" (phương tiện, upāya).

• Trong *Kinh Kim Cang*: "Ưng vô sở trụ nhi sinh kỳ tâm" (應無所住而生其心). Bồ-tát thấy rõ vô sở trụ (không dính mắc nơi nghiệp), nhưng tâm đại bi khiến vẫn sinh các hành nghiệp lợi tha.

• Trong *Đại thừa trang nghiêm kinh luận* (*Mahāyānasūtrālaṃkāra*), Vô Trước (Asaṅga) dạy: Bồ-tát tuệ tri các hành vốn như huyễn, nhưng không bỏ công hạnh bố thí, trì giới, nhẫn nhục...

• Trong *Abhidharmakośabhāṣya*, Pháp Hộ (Dharmapāla) giải rằng: nghiệp của Bồ-tát có tính chất đặc thù, tuy thuộc hữu vi nhưng không để lại ràng buộc, giống như dấu chim bay trong hư không.

Câu "Bồ-tát này đối với các tướng của nghiệp đều biết rõ mà vẫn làm" biểu thị lập trường then chốt của Đại thừa: hội nhập trí tuệ và đại bi. Bồ-tát quán triệt bản chất hư giả của nghiệp, nhưng vì đại nguyện cứu độ mà vẫn hành trì, biến "nghiệp" thành phương tiện thiện xảo để tích lũy tư lương và dẫn dắt chúng sinh. Đây là tâm Bồ-đề dung thông giữa saṃskṛta và asaṃskṛta, giữa sinh tử và niết-bàn.

ai nên không trụ niết-bàn. Đó gọi là Bồ-tát ma-ha-tát lấy tâm sâu xa cầu A-nậu-đa-la tam-miệu tam-bồ-đề.

Này các Phật tử! Bồ-tát thành tựu mười pháp[246], rốt ráo không thối thất Vô thượng Bồ-đề. Thế nào là mười?

1. Bồ-tát phát tâm sâu xa Vô thượng Bồ-đề, lại còn giáo hóa chúng sinh khiến họ cũng phát tâm.
2. Thường vui thích thấy Phật, đem những vật quý báu của mình dâng hiến cúng dường để gieo trồng sâu xa thiện căn.
3. Vì cầu pháp nên với tâm tôn kính mà cúng dường pháp sư, nghe pháp không biết chán.[247]
4. Nếu thấy trong hàng Tỳ-kheo tăng có sự hủy hoại thành hai bộ, khởi tranh chấp, công kích lẫn nhau, thì siêng năng tìm phương tiện khiến họ được hòa hợp.[248]
5. Nếu thấy quốc độ tà ác tăng trưởng, Phật pháp sắp suy hoại, thì có thể đọc tụng, tuyên nói, cho đến một kệ cũng làm cho chánh pháp không dứt, chuyên tâm hộ pháp, chẳng tiếc thân mạng.[249]

---

246 十法; S: daśa dharmāḥ: thập pháp: mười công hạnh hộ trì và phát triển tâm Bồ-đề. Chúng vừa là phương tiện (*upāya*), vừa là căn bản tư lương (*puṇya-saṃbhāra*).

247 尊敬心供養法師，聽法無厭; s: *tṛtīyaṃ kṣānti-nirbhāsaṃ guṇa-cittvaṃ.* Nghĩa : lấy nhẫn và tín tâm cầu pháp.

248 S: *caturthaṃ śīla-nirbhāsaṃ gaurava-cittaṃ*; 比丘僧壞為二部...勤求方便令其和合. " (thể hiện công đức trì giới làm nền tảng cho hòa hợp tăng).

249 S: *pañcamaṃ dhyāna-yuktaṃ smṛti-sampannaṃ*; 國土邪惡增上...乃至一偈令法不絕." (nghiêng về hộ pháp, nhưng đồng dạng với ý "thiền định

6. Nếu thấy chúng sinh sợ hãi, khổ não, thì làm chỗ cứu hộ, ban cho họ sự vô úy.
7. Phát tâm siêng năng tu hành, cầu các pháp phương quảng Đại thừa[250], các tạng thậm thâm của Bồ-tát[251].
8. Được pháp ấy rồi thì thọ trì, đọc tụng, như pháp mà hành, như pháp mà an trụ.
9. Tự mình an trụ trong pháp, lại có thể khuyên dẫn khiến nhiều chúng sinh cùng nhập vào pháp này.
10. Đã nhập vào pháp rồi thì có thể vì họ mà giảng giải, chỉ dạy, làm lợi ích, đem lại hoan hỷ và khai mở trí tuệ cho chúng sinh.

Bồ-tát thành tựu mười pháp như vậy thì đối với Vô thượng Bồ-đề rốt ráo không thối thất.

---

– chánh niệm hộ trì pháp").

250 S: vaipulya-mahāyāna; 方等大乘:phương quảng Đại thừa, ở điểm 7, chỉ các kinh điển thậm thâm, là kho tàng (*bodhisattva-piṭaka*) nuôi dưỡng tâm Bồ-đề.

251 S: *bodhisattvapiṭaka*; 菩薩藏; Bồ-tát tạng, gắn liền với phạm trù phương đẳng Đại thừa (*vaipulya-mahāyāna* ; 方等大乘) hay các "pháp thậm thâm" (*gambhīra-dharma*; 甚深法). Trong phân loại tam tạng theo căn cơ, "Bồ-tát tạng" được nói như phần biệt dành cho hạnh lợi tha và trí tuệ phương tiện của Bồ-tát, khác với "Thanh văn tạng" (*śrāvakapiṭaka*; 聲聞藏) và "Duyên giác tạng" (*pratyekabuddhapiṭaka*; 緣覺藏). Về nội dung, phạm vi này bao gồm các hệ văn bản vốn làm nền cho tâm Bồ-đề và Lục độ, như dòng *Prajñāpāramitā* (般若波羅蜜多), các kinh phương quảng và các bộ luận triển khai pháp Bồ-tát (ví dụ phần *Bodhisattvabhūmi* trong *Yogācārabhūmi*; 瑜伽師地論·菩薩地), nhấn mạnh tính vô tướng, vô trụ của hành Bồ-tát, sự hiệp nhất giữa trí tuệ (*prajñā*) và phương tiện (*upāya*), cùng đại bi (*mahākaruṇā*).

Bồ-tát nên tu hành kinh này như vậy. Kinh điển như thế là bất khả tư nghì, vì chính là pháp có thể sinh ra tất cả chủng tử đại từ đại bi[252]. Kinh này có thể khai ngộ, dẫn dắt chúng sinh còn bị trói buộc khiến cho họ phát tâm[253]. Kinh này có thể làm nhân duyên sinh khởi cho những ai hướng đến Bồ-đề. Kinh này có thể thành tựu tất cả hạnh bất động[254] của Bồ-tát. Kinh này có thể được chư Phật quá khứ, vị lai và hiện tại đồng hộ niệm[255].

Nếu có thiện nam tử, thiện nữ nhân nào muốn siêng năng tu tập, tích tập Vô thượng Bồ-đề, thì nên rộng tuyên lưu bố kinh điển như thế, khiến cho [chủng tử đại bi; *mahākaruṇā-bīja*] ở cõi Diêm-phù-đề không bị đoạn tuyệt, để vô lượng vô biên chúng sinh đều được nghe kinh này.

Nếu có thiện nam tử, thiện nữ nhân nào nghe kinh này, thì những người ấy đều sẽ được năng lực trí tuệ mạnh mẽ, bất

---

[252] 能生一切大慈悲種. Kinh luận thường dùng *mahākaruṇā-bīja* (chủng tử đại bi); Nhất thiết (一切) nhấn mạnh tính phổ biến của chủng tử đại bi đối với mọi công hạnh.

[253] 開悟引導具縛眾生令其發心. các động từ thường gặp: *prabodhayati* (khai ngộ), *nayatī/upanāyati/anugṛhṇāti* (dẫn dắt), "具縛眾生" gần với *baddhāḥ/saṃbaddhāḥ/saṃyojita-sattvāḥ*; "令其發心" là *bodhicittam utpādayati/pratipādayati*. Phạn: *bandhana/saṃyojana*: phược "縛", nhấn mạnh tình trạng bị hệ phược bởi phiền não.

[254] 成一切菩薩無動之行. Vô động chi hành "無動之行" phù hợp với *acala-caryā/akampya-caryā*. Bất động "*Acala*" là địa thứ tám trong Thập địa (*Daśabhūmika*); ở đây có thể hiểu rộng là hạnh bất động trước đối đãi.

[255] 為過去未來現在諸佛之所護念. Phạn tương đương: *buddhānāṃ trikālikānām anugṛhīta/parigṛhīta/rakṣita*; hộ niệm (護念) trong Hán dịch hay đứng cho sắc thái vừa "hộ trì" vừa "niệm niệm nhiếp thọ".

khả tư nghì, đồng thời cũng được phúc đức, quả báo vô lượng không thể cân lường. Vì sao vậy?

Kinh này có thể mở ra vô lượng con mắt trí tuệ thanh tịnh[256], có thể khiến cho hạt giống của chư Phật được nối tiếp không dứt[257], có thể cứu vô lượng chúng sinh đang khổ não, có thể chiếu phá tất cả vô minh si ám, có thể hàng phục bốn thứ ma[258] và các nghiệp ma, có thể phá hoại tất cả tà kiến của ngoại đạo, có thể dập tắt tất cả ngọn lửa lớn phiền não, có thể tiêu tan các hành khởi lên do nhân duyên, có thể đoạn trừ sáu trọng bệnh[259]: xan tham, phá giới, sân hận, giải đãi, tán loạn và ngu si, có thể trừ bỏ tám loại chướng[260]: nghiệp chướng,

---

256 清淨慧眼 tương ứng với *viśuddha-prajñācakṣus* (con mắt trí tuệ thanh tịnh). Trong văn hiến Đại thừa, "慧眼" thường được xếp trong "ngũ nhãn" (nhục nhãn, thiên nhãn, huệ nhãn, pháp nhãn, Phật nhãn).

257 佛種相續不斷 – Phạn: *buddha-bījaṃ saṃtatiḥ anupacchinna* (hạt giống Phật, dòng nối tiếp không dứt). Đây là thuật ngữ quan trọng trong tư tưởng Như Lai tạng, biểu thị chủng tử Phật tính lưu truyền liên tục.

258 破四魔 (catur-māra-bheda) phá bốn ma: (1) phiền não ma (*kleśa-māra*), (2) ngũ ấm ma (*skandha-māra*), (3) tử ma (*mṛtyu-māra*), (4) thiên ma (*devaputra-māra*).

259 六極重病; s: *ṣaḍ-gurutara-vyādhiḥ*: (i) xan tham (*mātsarya*), (ii) phá giới (*śīla-bheda*), (iii) sân hận (*dveṣa*), (iv) giải đãi (*kausīdya*), (v) tán loạn (*vikṣepa*), (vi) ngu si (*moha*).

260 八障 (tám chướng ngại) các loại sở chướng làm ngăn che con đường phát và hành của tâm Bồ-đề; theo thông dụng có thể liệt kê theo thứ tự sau, kèm đối dịch Phạn và giải thích ngắn gọn: 1) nghiệp chướng (karma-āvaraṇa): chướng do nghiệp huân tập, khiến quả bất thiện liên tục hiện hành; 2) báo chướng (vipāka-āvaraṇa): chướng do dị thục đã chín, trói buộc năng lực tu tập trong hoàn cảnh bất lợi; 3) pháp chướng (dharma-āvaraṇa): chướng do chấp trước các pháp (học xứ, hành xứ) một cách sai

báo chướng, pháp chướng, phiền não chướng, kiến chướng, vô minh chướng, trí chướng, tập chướng. Tóm yếu mà nói, kinh này có thể khiến cho tất cả ác pháp tiêu diệt hết thảy, có thể khiến cho tất cả thiện pháp rực rỡ tăng trưởng.

Nếu có thiện nam tử, thiện nữ nhân nghe kinh này rồi, khởi tâm hoan hỷ, ái lạc và tâm hy hữu[261], thì nên biết rằng người ấy đã từng cúng dường vô lượng chư Phật, đã gieo trồng sâu xa các căn lành. Vì sao vậy?

Vì kinh này là chỗ thực hành của chư Phật ba đời[262]. Do đó, ai tu hành mà được nghe kinh này thì phải tự vui mừng vì đã được đại lợi ích. Nếu có người biên chép, đọc tụng[263] kinh này,

---

lạc, cản trở chánh hạnh; 4) phiền não chướng (kleśa-āvaraṇa): chướng do tham, sân, si... làm nhiễm ô tâm, ngăn chứng đắc; 5) kiến chướng (dṛṣṭi-āvaraṇa): chướng do tà kiến cố chấp, đảo lộn chánh tri kiến; 6) vô minh chướng (avidyā-āvaraṇa): chướng do căn bản vô minh che lấp thật tướng; 7) trí chướng (jñāna-āvaraṇa): chướng do sở tri/tri thức hạn hẹp hoặc chấp tri cản trở trí vô phân biệt; 8) tập chướng (vāsanā-āvaraṇa): chướng do tập khí sâu dày, tuy hiện hành vi tế nhưng bền bỉ, khó đoạn trừ. Lưu ý: danh mục và phạm vi từng mục có sai biệt theo hệ thống luận thư; bảng trên theo cách dùng đang được văn bản hiện khảo triển khai.

261 希有心; s: *āścarya-citta / adbhuta-citta*: hy hữu tâm, tâm kỳ đặc, hiếm có. Người nghe kinh mà khởi tâm này tức đã từng cúng dường vô lượng Phật, gieo trồng căn lành sâu xa.

262 三世諸佛之所履行; s: *tri-kālika-buddhānām caraṇa-mārgaḥ* hoặc *anuṣṭhānaḥ*. Ý nghĩa: đây là pháp hạnh mà chư Phật quá khứ, hiện tại, vị lai đều cùng tu hành.

263 書寫讀誦; s: *likhati, paṭhati, udgṛhṇāti* (chép, đọc, tụng). Người làm vậy được vô lượng phước báo.

thì nên biết rằng người ấy sẽ được phúc báo vô lượng vô biên. Vì sao vậy?

Vì kinh này lấy cảnh sở duyên là vô biên[264], nên phát khởi vô lượng đại thệ nguyện; vì nhiếp thọ tất cả chúng sinh, nên trang nghiêm Vô thượng đại Bồ-đề; do vậy phước báo đạt được cũng lại như thế, không có hạn lượng. Nếu có người có thể hiểu rõ nghĩa thú của kinh này và tu hành đúng như lời dạy, thì tất cả chư Phật, trải qua vô lượng A-tăng-kỳ kiếp, với trí tuệ vô tận mà nói về phước báo ấy cũng không thể hết được.

Nếu có pháp sư thuyết giảng kinh này, thì nên biết tại nơi đó liền phải dựng tháp. Vì sao vậy? Vì đó là chỗ sinh ra Chánh pháp chân thật[265]. Kinh này ở bất cứ quốc độ, thành ấp, tụ lạc, chùa tháp, tinh xá nào, thì nên biết rằng tại nơi đó tức có Pháp thân. Nếu có người dùng hương hoa, kỹ nhạc, phướn lọng, ca vịnh, tán thán, chắp tay cung kính mà cúng dường, thì nên biết rằng người ấy đã tiếp nối chủng tánh Phật[266]; huống gì người đầy đủ thọ trì kinh này. Những người ấy sẽ thành tựu công đức và trí tuệ trang nghiêm, trong đời vị lai chắc chắn

---

264 所緣無邊 sở duyên vô biên; s: *ālambana ananta*. Ý nói cảnh giới được kinh này làm đối tượng (sở duyên) là vô biên, không giới hạn nơi một cảnh nhất định.

265 是真實正法所出生處; s: *yatra satya-saddharma utpadyate*. Ý nói: nơi thuyết giảng kinh này tức là nơi Chánh pháp chân thật được sinh khởi.

266 紹佛種; s: buddha-vaṃśaṃ pravardhayati / buddha-bīja-saṃtānaṃ anuvartate: tiếp nối giống Phật", duy trì dòng chủng tử giác ngộ không đoạn dứt.

sẽ được thọ ký, quyết định thành tựu A-nậu-đa-la tam-miệu tam-bồ-đề[267].

(*Phát Bồ-đề tâm kinh luận, quyển hạ*)

---

[267] Đoạn kết xác lập bốn tầng ý nghĩa: 1. Năng lực vô biên của kinh: vì sở duyên vô tận nên dẫn đến đại nguyện, nhiếp thọ tất cả chúng sinh 攝受一切眾生 (sarva-sattvānām parigrahaḥ / anugrahaḥ), trang nghiêm Bồ-đề (anuttarā-bodhi- alaṃkṛta; 莊嚴無上大菩提). 2. Phước đức vô hạn: chư Phật ba đời dù dùng trí tuệ vô tận mà nói về công đức ấy cũng không thể cùng tận 福報無有限量 (aprameya / asaṃkhyeya puṇya-phala). 3. Pháp thân hiện hữu nơi kinh: bất cứ nơi nào kinh này được thuyết, tụng, hoặc lưu bố, nơi đó chính là nơi Pháp thân Phật hiện tiền (是真實正法所出生處; s: *yatra satya-saddharma utpadyate*. 4. Kết quả rốt ráo: người thọ trì kinh được tiếp nối Phật chủng (紹佛種), thành tựu công đức, trí tuệ, và chắc chắn được thọ ký thành Phật.

# PHỤ LỤC
# THUẬT NGỮ ĐỐI CHIẾU

Cấu trúc: Việt (Sanskrit; Hán). Dạng ngắn gọn, nhất quán, thuận tiện tra cứu nhanh.

**a-lan-nhã pháp** (āraṇya-dharma; 阿蘭若法)

**ái biệt ly khổ** (priya-viprayoga-duḥkha; 愛別離苦)

**ái/dục** (tṛṣṇā; 愛)

**an nhẫn ba-la-mật** (Kṣāntipāramitā; 忍辱波羅蜜)

**an-ban sổ tức/an-ban thủ ý** (ānāpānasmṛti; 安般數息/安般守意)

**bà-la-môn** (brāhmaṇa; 婆羅門)

**ba-la-đề-mộc-xoa giới** (prātimokṣa-śīla; 波羅提木叉戒)

**bậc hữu học** (śaikṣa; 有學)

**bậc vô học** (aśaikṣa; 無學)

**loại đồng phần** (tatsabhāga; 類同分)

**bát giải** (aṣṭa-vimokṣa; 八解)

**bát khổ** (aṣṭa-duḥkha; 八苦)

**bát nạn xứ** (aṣṭākṣaṇa; 八難處)

**bát thánh đạo phần** (āryāṣṭāṅgamārga; 八聖道分)

**bát thập tùy hình hảo** (aśīti-anuvyañjana; 八十隨形好)

**bi** (karuṇā; 悲)

**biên địa** (pratyantajanapada; 邊地)

**biểu nghiệp** (vijñapti-karma; 表業)

**biểu sắc/hiện sắc** (vijñapti-rūpa; 表色)

**bình đẳng tánh trí** (samatā-jñāna; 平等性智)

**bồ-tát tạng** (bodhisattvapiṭaka; 菩薩藏)

**bồ-đề tâm** (bodhicitta; 菩提心)

**bất kinh** (na trāsa; 不驚)

**bất một** (na vināśa; 不沒)

**bất nhị** (advaya; 不二)

**bất nhị tướng** (advaya-lakṣaṇa; 不二相)

**bất sinh** (an-utpāda; 不生)

**bất thối** (na nivṛtti; 不退)

**bất thiện** (akuśala; 不善)

**bất tịnh quán** (aśubha-bhāvanā; 不淨觀)

**bất úy** (na bhaya; 不怖)

**căn** (indriya; 根)

**căn bản thiền** (mūla-dhyāna; 根本禪)

**càn huệ địa** (śuṣka-prajñā-bhūmi; 乾慧地)

**cần tinh tấn** (nirantara-vīrya; 勤精進)

**cảnh/sở duyên** (viṣaya/ālambana; 境/所緣)

**cầu bất đắc khổ** (icchā-anupalabdhi-duḥkha; 求不得苦)

**Câu-xá luận** (Kośa)

**chân như** (tathatā; 真如)

**Chân Đế** (Paramārtha; 真諦, 499–569)

**chánh kiến** (samyagdṛṣṭi; 正見)

**chí giới** (dhātugata; 至界)

**chí tầm** (vitarkagata; 至尋)

**chí tưởng** (saṃjñāgata; 至想)

**chướng** (āvaraṇa; 障)

**công đức trì** (puṇyaparyāya; 功德持)

**cốt quán** (aśubha-bhāvanā; 骨觀)

**cụ tri căn** (jñeyā-jñāna-pratisaṃvedha; 具知根)

**cực vi/vi trần** (paramāṇu; 微塵)

**cửu khiếu** (nava-dvāra; 九竅)

**cứu đầu nhiên** (śīrṣa-pradīpta iva; 救頭燃)

**Cưu-ma-la-thập** (Kumārajīva; 鳩摩羅什)

**đại chủng, tứ đại** (mahābhūta; 四大)

**đại dược** (mahā-auṣadhi; 大藥)

**Đại thừa** (Mahāyāna; 大乘)

**đại phương đẳng** (mahā-vaipulya; 大方等)

**đại trí tuệ vô kiến đảnh tướng** (mahāprajñā uṣṇīṣa; 大智慧無見頂相)

**đại viên cảnh trí** (ādarśa-jñāna; 大圓鏡智)

**đà-la-ni** (dhāraṇī; 陀羅尼)

**đẳng chí** (samāpatti; 等至)

**đẳng lưu** (niṣyanda; 等流)

**đệ nhất nghĩa đế** (paramārthasatya; 第一義諦)

**địa** (bhūmi; 地)

**địa ngục** (naraka; 地獄)

**định** (samādhi; 三摩地/三昧)

**định cộng giới** (samādhi-saṃprayukta-śīla; 定共戒)

**diệu quan sát trí** (pratyavekṣaṇa-jñāna; 妙觀察智)

**dị thục** (vipāka; 異熟)

**dĩ tri tri căn** (jñāta-jñāna-pratisaṃvedha; 已知知根)

**dòng tương tục** (santāna; 相續)

**Du-già hành tông** (Yogācāra; 瑜伽行宗)

**Du-già sư địa luận** (Yogācārabhūmi-śāstra; 瑜伽師地論)

**dục giới** (kāmadhātu; 欲界)

**dục lưu** (kāmogra; 欲流)

**dưỡng phần/thực** (āhāra; 食)

**giả lập/giả danh** (prajñapti; 假立)

**giác** (vitarka; 覺)

**giới** (dhātu; 界)

**hằng thuận chúng sinh** (sattvānuvartana; 恆順眾生)

**hành** (saṃskāra; 行)

**Hoa nghiêm kinh** (Avataṃsaka-sūtra; 大方廣佛華嚴經)

**Hồi tránh luận** (Vigrahavyāvartanī; 迴諍論)

**huệ thí giới** (dāna-śīlam; 惠施戒)

**hy hữu tâm** (āścarya-citta/adbhuta-citta; 希有心)

**Khuy Cơ** (Kuījī; 窺基)

**kiến chấp** (dṛṣṭi; 見)

**kiến đạo** (darśana-mārga; 見道)

**kiến lưu** (dṛṣṭyogha; 見流)

**kiết sử** (saṃyojana; 結)

**khẩu nghiệp** (vāk-karman; 口業)

**không luận** (śūnyavāda; 空論)

**không vô biên xứ định** (ākāśānantyāyatana; 空無邊處定)

**không vô tướng** (śūnyalakṣaṇam; 空無相)

**khuyến phát** (adhyeṣaṇā; 勸發)

**Long Thọ** (Nāgārjuna; 龍樹)

**luận tập** (prakarana; 論)

**lậu tận thông** (āsravakṣaya-abhijñā; 漏盡通)

**lục đại thệ** (ṣaṭ-mahā-praṇidhāna; 六大誓)

**lục thú** (ṣaḍgati; 六趣)

**ma-đắc-lặc-ca** (mātṛkā; 摩得勒伽)

**mạn** (māna; 慢)

**mạng căn** (jīvitendriya; 命根)

**minh** (vidyā; 明)

**ngạ quỷ** (preta; 餓鬼)

**nghi cái** (vicikitsā-nīvaraṇa; 疑蓋)

**nghiệp** (karma; 業)

**nguyện thệ** (praṇidhānam; 願誓)

**nhân quả** (kārya–kāraṇa; 因果)

**nhất niệm** (eka-smṛti; 一念)

**nhất thiết trí** (sarvajñāna; 一切智)

**nhất thừa** (ekayāna; 一乘)

**nhất tướng** (eka-lakṣaṇa; 一相)

**Nhiên Đăng Phật** (Dīpaṅkara; 燃燈佛)

**Nhiếp quyết trạch phần** (Viniścayasaṃgrahaṇī; 攝決擇分)

**Nhị đế** (satyadvaya; 二諦)

**Nhị thiền thiên** (dvitīya-dhyāna; 二禪天)

**Nhập Bồ-đề hành luận** (Bodhicaryāvatāra; 入菩提行論)

**nhẫn** (kṣānti; 羼提/忍)

**nhãn căn** (cakṣurindriya; 眼根)

**nhãn thức** (cakṣurvijñāna; 眼識)

**Như Lai** (Tathāgata; 如來)

**như thật pháp môn** (tathāgatajñāna; 如實法門)

**như thật tánh** (yathābhūta-svabhāva; 如實性)

**như ý châu** (cintāmaṇi; 如意珠)

**ngũ kiến** (pañca mithyādṛṣṭayaḥ; 五見)

**ngũ thức** (pañca vijñānāni; 五識)

**Pháp tướng tông** (法相宗)

**Phật chủng** (Buddhabīja; 佛種)

**phạm hạnh thanh tịnh** (pariśuddhaṃ brahmacaryaṃ; 清淨梵行)

**phạm âm** (brahmasvara; 梵音)

**pháp** (dharma; 法)

**pháp giới** (dharmadhātu; 法界)

**pháp nhẫn** (dharma-kṣānti; 法忍)

**pháp tánh/chân như** (dharmatā/tathatā; 法性/真如)

**pháp thí** (dharmadāna; 法施)

**phệ-xá** (vaiśya; 吠舍)

**phi tưởng phi phi tưởng xứ định** (naivasaṃjñānāsaṃjñāyatana; 非想非非想處)

**phiền não chướng** (kleśāvaraṇa; 煩惱障)

**phương tiện** (upāya; 方便)

**phương tiện lực** (upāya-bala; 方便力)

**quảng tu cúng dường** (saṃbhāra-pūjā; 廣修供養)

**quán** (vicāra; 觀)

**quang minh** (āloka; 光明)

**sám hối nghiệp chướng** (āpatti-deśanā; 懺悔業障)

**sát-đế-lợi** (kṣatriya; 刹帝利)

**sân** (dveṣa; 瞋)

**sằn-đề/nhẫn** (kṣānti; 羼提/忍)

**sắc** (rūpa; 色)

**sắc giới** (rūpadhātu; 色界)

**sắc-ni-sa** (uṣṇīṣa; 瑟膩沙) – vô kiến đảnh tướng

**sanh khổ** (jāti-duḥkha; 生苦)

**tài thí** (āmiṣadāna; 財施)

**tam giới** (tridhātu; 三界)

**tam luân thể không** (trimaṇḍala-śūnyatā; 三輪體空)

**tam thập nhị tướng** (dvātriṃśat-mahāpurūṣa-lakṣaṇa; 三十二相)

**tam thập thất đạo phẩm** (saptatriṃśad bodhipākṣikā dharmāḥ; 三十七道品)

**tam niệm xứ** (tri-anusmṛti-sthāna; 三念處)

**tâm vô hữu tế hạn** (anantacitta; 心無有齊限)

**tà kiến** (mithyādṛṣṭi; 邪見)

**tàm, quý** (hrī-apatrāpya; 慚愧)

**tập khí** (vāsanā; 習氣)

**Tịch Thiên** (Śāntideva; 寂天)

**tịch diệt** (śānta/nirvāṇa; 寂滅)

**tín nhẫn** (śraddhākṣānti; 信忍)

**tinh tấn** (vīrya; 精進)

**tinh tấn ba-la-mật** (Vīryapāramitā; 精進波羅蜜)

**tịnh giới** (śuddha-śīla; 淨戒)

**tư huệ** (cintāmayī prajñā; 思慧)

**tứ** (vicāra; 伺)

**tứ chánh cần** (samyakpradhāna; 四正勤)

**tứ điên đảo** (catur-viparyāsa; 四顛倒)

**tứ lưu** (catur-ogha; 四流)

**tứ niệm xứ** (smṛtyupasthāna; 四念處)

**tứ như ý túc** (ṛddhipāda; 四如意足)

**tứ sinh** (caturyoni; 四生)

**tứ trọng cấm** (catur-pārājika; 四重禁)

**tứ vô lượng tâm** (brahmavihāra; 四無量心)

**từ** (maitrī; 慈)

**tu đạo** (bhāvanā-mārga; 修道)

**tu huệ** (bhāvanāmayī prajñā; 修慧)

**tuệ** (prajñā; 慧)

**tùy hỷ công đức** (puṇyānumodanā; 隨喜功德)

**tùy miên** (anuśaya; 隨眠)

**tự tại** (svacchanda/vaśitā; 自在)

**tự tính** (svabhāva; 自性)

**uẩn** (skandha; 蘊)

**uẩn dị thục** (vipāka-skandha; 異熟蘊)

**văn huệ** (śrutamayī prajñā; 聞慧)

**cực vi (vi trần)** (paramāṇu; 極微)

**vị** (rasa; 味)

**vị chí thiền/cận định** (upapatti-dhyāna; 未到禪/近定)

**vị tri tri căn** (ajñāta-jñāna-pratisaṃvedha; 未知知根)

**vô sắc giới** (ārūpyadhātu; 無色界)

**Vô Trước** (Asaṅga; 無著)

**vô biểu sắc** (avijñapti-rūpa; 無表色)

**vô ký** (avyākṛta; 無記)

**vô lượng thân tâm** (apramāṇa-śarīra-citta; 無量身心)

**vô lậu** (anāsrava; 無漏)

**vô lậu giới** (anāsrava-śīla; 無漏戒)

**vô minh** (avidyā; 無明)

**vô minh lưu** (avidyogha; 無明流)

**vô sở hữu xứ định** (ākiñcanyāyatana; 無所有處定)

**vô tánh** (niḥsvabhāva; 無性

**vô thượng chánh đẳng chánh giác** (anuttarā-samyak-saṃbodhi; 無上正等覺)

**vô tướng** (alakṣaṇa; 無相)

**vô tướng tâm** (nirnimitta-citta; 無相心)

**vô tác giới** (avijñapti-śīla; 無作戒)

**vô tác giả** (akartṛ; 無作者)

**vô sử tác giả** (akārayitṛ; 無使作者)

**vô sinh pháp nhẫn** (anutpattika-dharmakṣānti; 無生法忍)

**vô úy thí** (abhayadāna; 無畏施)

**vô vi** (asaṃskṛta; 無為)

**xả** (upekṣā; 捨)

**xúc** (sparśa; 觸)

**sở xúc** (spraṣṭavya; 所觸)

**xúc ngại/kháng lực** (pratighāta; 觸礙)

**xứ** (āyatana; 處)

**xưng tán Như Lai** (tathāgatānāṃ stuti; 稱讚如來)

**yết-ma** (karma; 羯磨)

**ý giới** (manodhātu; 意界)

**ý nghiệp** (mano-karman; 意業)

**ý thức** (manovijñāna; 意識)